એ.પી.જે. અબ્દુલ કલામ

સવનીત કૌર

ડાયમંડ બુક્સ

www.diamondbook.in

પ્રકાશક : ડાયમંડ પૉકેટ બુક્સ (પ્રા.) લિ.
X-30 ઓખલા ઇન્ડસ્ટ્રિયલ એરિયા, ફેઝ-II
નવી દિલ્હી - 110 020
ફોન : 011- 40712200
ઈ-મેલ : sales@dpb.in
વેબસાઇટ : www.diamondbook.in
સંસ્કરણ : 2023

એ.પી.જે. અબ્દુલ કલામ (A.P.J Abdul Kalam) GUJRATI
by : *Savneet Kaur*

ભૂમિકા

એક વ્યક્તિ જેમનું જીવન વિચારો અને ભાવનાઓનો ખજાનો છે; સમર્પણ અને મક્કમ સંકલ્પથી ભરપૂર છે અને અન્ય કોઈ જ નહીં, બલકે એ.પી.જે.અબ્દુલ કલામ છે. ડૉ. કલામને કોઈ પરિચયની આવશ્યકતા નથી. તેઓ આપણા દેશના સૌથી આદરણીય સન્માનિત નાગરિકોમાંથી એક છે, આપણા ભૂતપૂર્વ રાષ્ટ્રપતિ. આ પુસ્તક ડૉ. કલામના બાળપણથી તેમના સમગ્ર જીવનના અનુભવો અંગે જણાવે છે. આ તેમના માતા-પિતા, તેમનું શહેર રામેશ્વરમ્, તેમના ગુરુઓ, ઈસરો અને અનેક બાબતો તથા ખૂબ ઓછા જાણીતા તથ્યોને પ્રદર્શિત કરે છે. આ પુસ્તકમાં કલામ અને તેમના ગુરુઓની મુશ્કેલીઓને પણ દર્શાવવામાં આવેલ છે, જેઓએ તેમની વિચારધારાને ઓપ આપવા અથવા તો તેને પુનઃ પરિવર્તિત કરવામાં સહાયતા કરી હતી અને આ રીતે એમના જીવનના પાઠ્યક્રમને બદલી દીધો છે.

આપણને તેમના પુસ્તકો પ્રત્યેના પ્રેમની પણ એક ઝલક પ્રાપ્ત થાય છે. તેમના કેટલાક મનપસંદ ઉદ્ધરણોનો પણ ઉલ્લેખ કરવામાં આવ્યો છે. તેમના અંગત અને વ્યવસાયિક જીવનની અનેક પ્રસંગો છે, જે આપણા હૃદયને સ્પર્શી જાય છે. તેમ જ આપણને કોઈપણ વિકટ પરિસ્થિતિઓમાં પણ હંમેશાં આગળ વધવા માટે પ્રેરિત કરે છે.

- સવનીત કૌર

"Never stop fighting until you arrive at your destined place- that is, the unique you. Have an aim in life, continuously acquire knowledge, work hard, and have perseverance to realize the great life."

-A.P.J. Abdul Kalam

ડૉક્ટર એ.પી.જે.અબ્દુલ કલામ

અવુલ પકિર જૈનુલાબુદીન અબ્દુલ કલામ, જેમને એ.પી.જે. અબ્દુલ કલામના નામે ઓળખવામાં આવે છે, જેમનો જન્મ તામિલનાડુના રામેશ્વરમ્‌માં જૈનુલાબુદીન અને આશિઅમ્મા નામના એક મુસ્લિમ દંપતિના ઘરમાં થયો હતો. આદિ હિંદુ પૌરાણિક કથાઓ અનુસાર, આ એ સ્થાન છે જ્યાં હિંદુ ભગવાન રામે પોતાની પત્ની સીતાને તેના અપહરણકર્તા રાવણથી મુક્ત કરવા માટે સમુદ્રની પાર લંકા સુધી એક પુલનું નિર્માણ કર્યું હતું. તેમના પિતા એક હોડીના માલિક હતા અને પાંચ બાળકોમાં તેઓ સૌથી નાનું સંતાન હતા. જો કે તેમને ત્રણ ભાઈઓ તથા એક બહેન હતા, પરંતુ તેમનું બાળપણ ભૌતિક તથા ભાવનાત્મક બન્ને રીતે સુરક્ષિત હતા. તેમના માતા-પિતા, જૈનુલાબુદીન તથા આશિઅમ્મા, પોતાના સીમિત સંસાધનો છતાં, અત્યંત ઉદાર લોકો હતા અને કલામને પોતાના માતા-પિતા પાસેથી પ્રમાણિકતા, આત્મ-અનુશાસન, ભલાઈ અને દયાના મૂલ્યો વારસાગત પ્રાપ્ત થયા હતા. જો કે કલામ એક વિશાળ પરિવાર સાથે સંબંધ ધરાવતા હતા, પરંતુ તેમના રસોડામાં તેમના પરિવારના પ્રત્યેક સદસ્યની સરખામણીમાં બહારના વધારે લોકો જમતા હતા. તેઓ એક શ્રીમંત પરિવાર સાથે સંબંધ ધરાવતા હતા, જેમણે ૨૦ શતાબ્દિના આરંભમાં જ પોતાના ભાગ્યને ગુમાવી દીધું. અબ્દુલ કલામ સ્વયંનું વર્ણન કરતા જણાવે છે કે તેમનું કદ નાનું હતું અને તદ્દન સામાન્ય દેખાવ, તેમની પાસે કોઈ અસાધારણ રૂપ નહોતું. તેનાથી વિપરીત, તેમના માતા - કદમાં લાંબા અને રૂપાળા હતા. તેઓ દેખાવમાં પણ સારા હતા. ડૉ. એ.પી.જે.અબ્દુલ કલામને તેમના ભૌતિક ગુણો વારસામાં પ્રાપ્ત થયા નહોતા.

૧૯૩૯માં જ્યારે દ્વિતીય વિશ્વ યુદ્ધ આરંભાયું ત્યારે કલામ માત્ર ૮ વર્ષના હતા. આમલીના બીજની બજારમાં એકદમ માંગ વધી ગઈ. કલામે આ બીજોને એકઠાં કર્યા અને તેને એક આનામાં મસ્જિદ સ્ટ્રીટની એક પ્રોવિઝન દુકાનમાં વેચી દીધા, જે તેમના જેવા નાનકડા છોકરા માટે એક મોટી રકમ હતી. તેમના બનેવી જલાલુદ્દીન તેમને યુદ્ધ વિશેની વાર્તાઓ સંભળાવતા હતા જેને કલામ દિનમણિની સુરખીઓમાં લાવવાના પ્રયાસ કરતા હતા.

અબ્દુલ કલામનો પરિવાર

તેઓ હંમેશાં જ્ઞાન પ્રાપ્ત કરવા માટે આતુર રહેતા હતા અને નવી બાબતો શીખવાની પ્રતિભાથી ધન્ય બન્યા હતા. કલામના ત્રણ મિત્રો - રામનાધા શાસ્ત્રી, અરવિંદન અને શિવ પ્રકાશન - તેમના અત્યંત ઘનિષ્ઠ મિત્રો હતા. જો કે આ છોકરાઓ ભિન્ન ભિન્ન ધાર્મિક પશ્ચાદ્ભૂમિમાંથી આવતા હતા - કલામ એક મુસલમાનના રૂપમાં જ્યારે અન્ય ત્રણ રૂઢિચુસ્ત હિંદુ બ્રાહ્મણ પરિવારોમાંથી હતા - છતાં પણ તેમના ધાર્મિક મતભેદો અને ઉછેર તેમની મિત્રતાની આડે આવ્યા નહોતા, રામેશ્વરમ્ મંદિરના પૂજારીની સાથે પણ તેમના અત્યંત સારા સંબંધો હતા. તેઓ પોતાના પિતાની સાથે સમય વિતાવતા હતા જેમણે કલામને દુનિયાને નીડરપણે નિહાળવા માટે પ્રેરિત કર્યા હતા. અન્ય ધર્મોના લોકોની સાથેના સંબંધોમાં એક હકારાત્મક દૃષ્ટિકોણની સાથે બહુ-ધાર્મિક અને ધીરજવાન સમાજમાં વિકસિત કર્યા છે. કલામ રામાયણ અને પયગમ્બરના જીવન બન્નેની વાર્તાઓ પોતાની માતા અને દાદી પાસે સૂવાના સમયે સાંભળીને મોટા થયા હતા.

તેમના બાળપણના એક પ્રસંગે કલામના યુવા મન પર ઊંડી છાપ અંકિત કરી હતી. તેઓ જ્યારે પાંચમા ધોરણમાં હતા, ત્યારે એક નવા શિક્ષકને કલામ, એક મુસલમાન છોકરો, જે એક બ્રાહ્મણ, રામનાધાની સાથે બેઠેલો હતો, પસંદ પડ્યું નહીં. તેમણે કલામને મુસલમાનોની સામાજિક રેન્કિંગ અનુસાર પાછળની બેઠક પર મોકલી આપ્યા. કલામ અને રામનાધાને શિક્ષકની આ ચેષ્ટાથી અત્યંત દુઃખ થયું. શાસ્ત્રી રડી પડ્યા અને આની ઘેરી અસર કલામના મન પર પડી.

જ્યારે શાસ્ત્રીના પિતાએ આ પ્રસંગ વિશે જાણ્યું, ત્યારે તેમણે શિક્ષકને બોલાવ્યા અને કહ્યું કે યુવાન મનમાં સામાજિક વિષમતા અને સાંપ્રદાયિક અસહિષ્ણુતાનું વિષ ઘોળશો નહીં. તેમણે શિક્ષકને કહ્યું કે કાં તો તેઓ માફી માગે અથવા તો સ્કૂલને છોડી દે. શિક્ષકને પોતાના કૃત્ય પર અત્યંત પસ્તાવો થયો અને આ ઘટનાથી તેઓ સુધરી ગયા. કલામ હિંદુ પરંપરાઓના સારા એવા જાણકાર હતા; તેઓ સંસ્કૃત પણ શીખ્યા હતા, ભાગવદ્ ગીતા વાંચી અને તેઓ શાકાહારી હતા. કલામને તમિલ કવિતા લખવાનો પણ ખૂબ શોખ હતો. કલામને કર્ણાટકી સંગીતના સન્માનિત પ્રખ્યાત એમ.એસ. સુબ્બુલક્ષ્મી અત્યંત પસંદ હતા. ગાયકના મનમાં પણ કલામ પ્રત્યે ગાઢ સન્માન હતું અને તેઓ હંમેશાં તેમને પોતાના હાથે બનાવેલું ભોજન પીરસતા હતા. તેઓ પારંપરિક પદ્ધતિ અનુસાર જમીન પર બેસીને ભોજન કરતા હતા - ફરસબંધી પર બેસીને અને કેળના પાંદડા પર ખાઈને. આજીવન તેઓ શાકાહારી રહેનારા કલામે ભોજનમાં પણ સાદો આનંદ માણ્યો. ચેન્નાઈમાં તેમના મનપસંદ રેસ્ટરાંમાંનું એક 'અન્નાલક્ષ્મી હોટેલ' હતું, જ્યાં તેમને રાષ્ટ્રપતિ બન્યા પહેલાં હંમેશાં જોવામાં આવતા હતા. કહેવાય છે કે તેમણે ત્યાં સાંભાર, રસમ અને બોન્ડાની સાથે સાથે કુજબું અને પાપડના પોતાના મનપસંદ વ્યંજનોનો આસ્વાદ માણ્યો હતો. એક યુવાનના રૂપમાં જ્યારે તેમને થિરુવનંતપુરમ્‌માં મૂકવામાં આવ્યા હતા, તેઓ ગુરુવાયુરપ્પન હોટેલના નિયમિત

અબ્દુલ કલામની સ્કૂલ

ગ્રાહક હતા. માલિક પરમેશ્વરન નાયર યાદ કરે છે કે ૧૯૭૫ થી ૧૯૮૨ સુધી તેમણે કેવી રીતે કલામને સાદું ભોજન પીરસ્યું હતું. તેઓ હંમેશાં સવારના નાસ્તામાં એક ગ્લાસ દૂધની સાથે બે અપ્પમ લેતા હતા. રાત્રિના ભોજનમાં તેઓને જમવા માટે માત્ર બે રોટલી અને એક ગ્લાસ દૂધ પર્યાપ્ત હતા.

અબ્દુલ કલામ વીણાવાદન કરતા નજરે પડે છે

તેમના બાળપણની એક બીજી સંસ્મરણીય ઘટના હતી જ્યારે કલામને વિજ્ઞાનના શિક્ષક શિવસુબ્રમણ્ય અય્યરે તેમને ભોજન માટે પોતાના ઘેર આમંત્રિત કર્યા હતા. શિવસુબ્રમણ્યમ અય્યર એક રૂઢિચુસ્ત બ્રાહ્મણ હતા અને તેમના પત્ની પણ અત્યંત રૂઢિવાદી હતા. એક મુસલમાન છોકરાને પોતાની શુદ્ધ રસોઈઘરમાં ભોજન કરાવવાના વિચારથી જ તેઓ ભયભીત હતા. જ્યારે તેમણે કલામની સેવા કરવા માટે ઈનકાર કરી દીધો, ત્યારે અય્યરે પોતાનો કાબૂ ગુમાવ્યો નહીં અને તેમણે પોતાના હાથો વડે તેમના સેવા સત્કાર કર્યા એટલું જ નહીં તેમની સાથે બેસીને ભોજન પણ આરોગ્યું. તેમણે કલામને આગલા સપ્તાહના અંતે પણ પુનઃ આમંત્રિત કર્યા. કલામને નિમંત્રણનો સ્વીકાર કરવામાં ખચકાટ અનુભવતા જોઈને, અય્યરે બાળકને કહ્યું કે જો તેઓ કોઈ પણ વ્યવસ્થામાં પરિવર્તન લાવવા ચાહે છે તો આવી પરિસ્થિતિઓનો સામનો કરવા માટે તૈયાર રહેવું જોઈએ. જ્યારે કલામ ફરીથી અય્યરના ઘેર આવ્યા, ત્યારે તેમના પત્ની તેમને પોતાના રસોઈઘરમાં લઈ ગયા અને પોતાના હાથે તેમને ભોજન પીરસ્યું.

કલામને આ કહેવાનો શોખ હતો, "મહાપુરુષો માટે, ધર્મ મિત્ર પ્રાપ્ત કરવાનો એક ઉપાય છે; વામણા લોકો ધર્મને યુદ્ધનું હથિયાર બનાવે છે."

તેમને પ્રકૃતિ સાથે અત્યંત આત્મીયતા હતી અને તેઓ પોતાનો અધિકાંશ સમય સમુદ્રતટ પર તેના મોજાંઓને નિહાળવામાં પસાર કરવાનું પસંદ કરતા હતા. એટલું જ નહીં, પ્રકૃતિ પ્રત્યે તેમના પ્રેમને તેમના વ્યવહારમાં સ્પષ્ટપણે નિહાળી શકાતો હતો કારણ કે તેમનામાં અત્યંત કોમળ અને નાજુક ભાવનાઓ હતી, જેને કારણે તેમના માતાએ તેમને સંગીત તથા કાવ્યના અભ્યાસ કરવા સમર્થન તથા ઉત્તેજન પૂરાં પાડ્યા હતા.

કલામનો પ્રકૃતિ પ્રતિ પ્રેમ

કલામના પિતા નિરક્ષર હતા, જેને કારણે તેઓ ઇચ્છતા હતા કે તેઓ સારું શિક્ષણ પ્રાપ્ત કરે. તેમની દિનચર્યાનો સવારમાં ચાર વાગ્યે આરંભ થતો અને રાત્રિના ૧૧ વાગ્યે સમાપ્ત થતો હતો. તેમનું જીવન સરળ નહોતું કારણ કે તેમને પ્રતિદિવસ ગણિતના વર્ગમાં શિક્ષણ મેળવતા પહેલાં સ્નાન કરવું પડતું હતું અને તેમના શિક્ષક આખાય વર્ગમાં ફક્ત પાંચ જ વિદ્યાર્થીઓને ભણાવતા હતા અને કોઈ પણ વિદ્યાર્થીને સ્નાન કર્યા સિવાય વર્ગમાં પ્રવેશવાની અનુમતિ નહોતી. સંઘર્ષ અહીં જ અટકતો નહોતો. પોતાના વર્ગમાં ભાગ લીધા પછી, કલામ પોતાના પિતરાઈ ભાઈ સાથે દૈનિકપત્રોને વહેંચવા માટે જતા હતા. આ રીતે, કલામે પોતાની પ્રથમ કમાણી અર્જિત કરી હતી જેણે તેમનામાં અત્યાધિક આત્મવિશ્વાસ અને ગર્વની ભાવનાને ભરી દીધા.

એટલું જ નહીં દિવસો કઠણ હતા, રાત્રિઓ પણ કંઈ આવા જ પ્રકારની હતી. કારણ કે શહેરમાં ત્યારે વીજળીની સુવિધા નહોતી, એ માટે તેમની માતા

કેરોસીનનું થોડું તેલ તેમના માટે બચાવીને રાખતા જેથી તેઓ રાત્રે ૧૧ વાગ્યા સુધી વાંચી શકે. કલામનું ઘર, જે આજે પણ તે જ ગલીમાં છે, જેને આજે અનેક પર્યટકો નિહાળવાને માટે આવે છે.

"જીવન અને સમય દુનિયાના સૌથી શ્રેષ્ઠ શિક્ષકો છે. જીવન આપણને સમયનો સદુપયોગ કરવાનું શીખવે છે અને સમય જીવનનું મૂલ્ય શીખવે છે." **- એ.પી.જે.અબ્દુલ કલામ**

એ.પી.જે.અબ્દુલ કલામને પોતાના માતા માટે અત્યંત સ્નેહ હતો. તેમણે બાળપણની પોતાના માતા સાથેના પ્રસંગોને યાદ કર્યા :

"૧૯૪૧માં દ્વિતીય વિશ્વયુદ્ધ દરમિયાન, રામેશ્વરમ્ માં અમારા પરિવાર માટે અત્યંત અઘરો સમય હતો... કારણ કે યુદ્ધ રામેશ્વરમ્‌ના દરવાજા સુધી પહોંચી ગયું હતું. કારણ કે યુદ્ધના વાદળો પહેલેથી જ કોલંબો સુધી પહોંચી ચૂક્યા હતા. ખાવા - પીવાની ચીજવસ્તુઓથી માંડીને પ્રત્યેક ચીજ વસ્તુ દુર્લભ હતી. અમારો એક વિશાળ સંયુક્ત પરિવાર હતો... ઘરનું વાતાવરણ સુખ દુઃખના પ્રમાણે પરિવર્તિત થયા કરતું હતું. હું સવારમાં ૪ વાગ્યે ઊઠી જતો હતો, સ્નાન કરતો હતો અને ગણિત શીખવા માટે પોતાના શિક્ષક સ્વામીયાર પાસે જતો હતો...મારા માતા મારી સાથે જ જાગી જતા હતા, સ્નાન કરાવીને મને ટ્યુશનમાં જવા માટે તૈયાર કરતા હતા. હું સવારમાં ૫.૩૦ વાગ્યે પાછો આવતો જ્યારે મારા પિતા મને અરબી સ્કૂલમાં ચાલતા નમાજ અને કુરાન શરીફમાં મને લઈ જવાની પ્રતીક્ષામાં રહેતા હતા. ત્યાર પછી હું સમાચારપત્રો લેવા માટે ત્રણ કિલોમીટર દૂર રામેશ્વરમ્ રોડ રેલવે સ્ટેશન પર જતો હતો... સમાચારપત્રોના બંડલો ચાલતી ટ્રેનમાંથી પ્લેટફૉર્મ પર ઘા કરીને ફેંકવામાં આવતા હતા.

હું તે બધાંને એકઠાં કરતો અને રામેશ્વરમ્ શહેરમાં ચારેય તરફ દોડનારો અને શહેરમાં સમાચારપત્રોને વહેંચનારો પ્રથમ વ્યક્તિ રહેતો હતો... તે વહેંચ્યા પશ્ચાત્, હું સવારમાં આઠ વાગ્યે ઘેર આવતો હતો, મારા માતા મને બીજા બાળકોની સરખામણીમાં વિશેષ કોટા મુજબ એક સામાન્ય નાસ્તો આપતા હતા. કારણ કે હું એક સાથે કામ પણ કરતો હતો અને ભણી પણ રહ્યો હતો... મને આજે પણ તે પ્રસંગ યાદ છે જેને હું તમારી સાથે વહેંચવા માટે તૈયાર છું... એક દિવસે મારા બધા ભાઈબહેન સાથે બેસીને ભોજન કરી રહ્યા હતા, ત્યારે મારા માતા

મને રોટલી આપતાં રહ્યાં. જ્યારે મેં મારું ભોજન સમાપ્ત કર્યું, ત્યારે મારા મોટા ભાઈએ મને એકાંતમાં બોલાવ્યો અને ઠપકો આપ્યો, "કલામ શું તું જાણે છે કે શું થઈ રહ્યું હતું? તું રોટલી ખાતો રહ્યો, અને મા તને રોટલી આપતા રહ્યા. તેમણે પોતાની બધી રોટલીઓ તને આપી દીધી છે... એક જવાબદાર પુત્ર બન અને પોતાની માને ભૂખ્યા ન રાખ." પ્રથમ વાર મને ધ્રુજારીનો અનુભવ થયો અને હું મારી જાત પર નિયંત્રણ રાખી શક્યો નહીં. હું દોડીને મારા માતાની પાસે ગયો અને તેમને ગળે બાઝી પડ્યો.ભલે હું પાંચમા ધોરણમાં ભણતો હતો, પરંતુ ઘરમાં મારું વિશિષ્ટ સ્થાન હતું, કારણ કે પરિવારમાં હું સૌથી અંતિમ સંતાન હતો. ક્યારેય વીજળી રહેતી નહોતી. અમારું ઘર કેરોસીનના દીવાઓથી ઝગમગતું રહેતું એ પણ સાંજે ૭ થી ૯ની વચ્ચે. મારા માતા મારા માટે વિશેષ રૂપે એક નાનકડો માટીનો દીવો આપતા હતા જેથી હું રાત્રે ૧૧ વાગ્યા સુધી વાંચી શકું. મને આજે પૂર્ણિમાની રાત્રે મારા માતાનું સ્મરણ થઈ આવે છે. જેને મેં મારા પુસ્તક 'વિંગ્સ ઑફ ફાયર'માં 'મા' શીર્ષકવાળી કવિતાના રૂપમાં ચિત્રિત કરેલ છે."

તેઓ એક ઉદ્યમી અને આશાસ્પદ વિદ્યાર્થી હતા પરંતુ હંમેશાં સામાન્ય જ રહ્યા. તેમને ગણિતમાં અત્યંત રસ હતો અને તેને કરવામાં તેમને અત્યંત આનંદ પણ આવતો હતો. કંઈક નવું શીખવાની ધગશે તેમને ક્યારેય પણ પાછું વળીને જોવા દીધું નહીં. શરૂઆતમાં તેમને સૌથી અધિક સમર્થન મળ્યું, એ તો શ્વાર્ટ હાઈસ્કૂલના તેમના એક સ્કૂલ શિક્ષક, ઈયાદુરૈ સોલોમન દ્વારા હતું. તેમના શિક્ષક સોલોમને તેમને એ અનુભૂતિ પણ કરાવી કે આપણે જે હકીકતમાં કરવા ઈચ્છીએ છીએ, તે થાય છે બલકે તેમણે તેમને 'વિશ્વાસ' રાખવામાં માટે પણ ભરોસો અપાવ્યો. સોલોમને એ પણ તેમને દર્શાવ્યું કે કદાચ તેમના માતા-પિતા પોતાના શિક્ષણના અવસરને ઝડપી શક્યા નહોતા, તેઓ હંમેશાં પોતાના બાળકોને આગળ વધારી શકે છે અને તેઓને પ્રોત્સાહિત પણ કરી શકે છે અને વિશ્વાસના કાર્ય દ્વારા પોતાના જીવનને પરિવર્તિત કરી શકે છે કારણ કે આ એવો વિશ્વાસ છે જે ગમે તેના ભાગ્યને પરિવર્તિત કરી શકે છે. કલામ એક પ્રકૃતિપ્રેમી હતા, તેમના પિતરાઈ ભાઈ સાથે સાથે પોતાના બનેવી, અહમદ જલાલુદીને તેમને પ્રકૃતિના સૌંદર્ય પર ધ્યાન કેન્દ્રિત કરવા માટે પ્રોત્સાહિત કર્યા હતા અને એ સાથે દુનિયાને જોવા માટેના એક ધાર્મિક દૃષ્ટિકોણને પણ વિકસિત કર્યો હતો.

કલામના ગણિતના શિક્ષકોમાંના એક વાર સવારની સભામાં આખીય સ્કૂલમાં એક પ્રસંગને વહેંચ્યો કે તેમણે એક વાર કલામને વર્ગમાં ફરતા જોયા હતા અને તેમને પોતાના હાથે પકડી લીધા હતા. અય્યરને વિશ્વાસ હતો કે જેની સાથે પણ તેઓ કડક હતા, એ સફળ વ્યક્તિ બની ગઈ, કારણ કે થોડા મહિનાઓ પછી કલામે પોતાની પરીક્ષામાં પૂરેપૂરા ગુણ પ્રાપ્ત કર્યા હતા. પ્રકૃતિ અને વિજ્ઞાન પ્રત્યે તેમનો પ્રેમ એક સાથે વૃદ્ધિ પામતો ગયો. પક્ષીઓના ઉડ્ડયને તેમને બાળપણથી જ આકર્ષિત કર્યા હતા, પરંતુ પોતાના કૉલેજકાળ દરમિયાન તેઓએ પ્રથમ વખત અનુભવ્યું કે તેઓ હવાઈ જહાજ ઉડાડવા ઈચ્છે છે.

અબ્દુલ કલામની બાળપણની તસ્વીર

આ એ સમયની વાત છે જ્યારે કલામ ૧૦ વર્ષના હતા અને તેમના શિક્ષક સુબ્રમણ્યમ અય્યરે બતાવ્યું કે સીગલ કેવી રીતે ઊડે છે. કલામને ઘણી શંકાઓ હતી અને એ માટે તેમણે અનેક પ્રશ્નો ઉપસ્થિત કર્યા જેનો તેમના શિક્ષકે ધૈર્યપૂર્વક ઉત્તરો આપ્યા. એટલું જ નહીં, અય્યર વિદ્યાર્થીઓને વ્યાવહારિક રૂપે પક્ષીઓને જોવા અને તેઓના કાર્યોને તથા ગતિવિધિઓનું નિરીક્ષણ કરવા તથા સમજવા માટે સમુદ્રકિનારે પણ લઈ ગયા.

કલામે પછીથી લખ્યું, "આશ્ચર્ય થયું, મેં મારા શિક્ષકની વાત સાંભળી, જેણે મને પક્ષીઓના ઉડ્ડયન વિશે શીખવતી વખતે, મને જીવનમાં ઊડવાનો એક ઉદ્દેશ્ય પણ આપ્યો !"

"પક્ષી પોતાના સ્વયંનું જીવન અને પ્રેરણાથી સંચાલિત હોય છે."

- એ.પી.જે.અબ્દુલ કલામ

અબ્દુલ કલામની કૉલેજ, સેંટ જોસેફ કૉલેજ

સ્કૂલનું શિક્ષણ સમાપ્ત કર્યા પછી, તેમણે સેન્ટ જોસેફ કૉલેજ, ત્રિચીમાં ભૌતિકશાસ્ત્ર લીધું. તેમણે અનુભવ્યું કે વિજ્ઞાનના માધ્યમથી તેમનું આધ્યાત્મિક આત્મ વ્યક્તિત્વ પણ વિકસિત થઈ શકે છે. પ્રોફેસર ચિન્ના દુરઈએ તેમને પદાર્થોના રેડિયો ક્ષય સંબંધિત વિષય ભણાવ્યો. તત્પશ્ચાત્, તેઓ દરેક જગાએ અસંતુષ્ટ રહ્યા. જ્યારે તેમણે એરોનોટિક્સ એન્જિનિયરિંગની શોધ કરી ત્યારે તેમને પોતાના બહુમૂલ્ય ત્રણ વર્ષ વેડફાયાનો પસ્તાવો થયો. પરંતુ તેઓ આનંદિત હતા કે કૉલેજના વર્ષોમાં તેમને લિયો ટૉલ્સટૉય, થૉમસ હાર્ડી અને એફ.સ્કૉટ ફિટ્ઝગેરાલ્ડ સાથે મુલાકાત થઈ.

કલામના પિતા જૈનુલાબ્દીન મારકયાર

કલામના શિક્ષણની યાત્રા અહીં સમાપ્ત થઈ નહોતી. વિજ્ઞાનમાં તેમણે પોતાના ઉચ્ચ શિક્ષણ લેવા માટે એમટીઆઈ, મદ્રાસ ઇન્સ્ટિટ્યૂટ ઑફ ટૅકનૉલજીમાં પ્રવેશ લીધો, કારણ કે આ ભારતની એક માત્ર સંસ્થા હતી જેમાં બીએસસી અભ્યાસક્રમ થઈ શકતો હતો. કારણ કે તેમણે ભૌતિકશાસ્ત્રમાં ઊંડો રસ હતો, એ કારણે કલામે આ એન્જિનિયરિંગનો વિકલ્પ પસંદ કર્યો હતો.

તેમણે પ્રથમ વાર એન્જિનિયરિંગનો વ્યાવહારિક અનુભવ ત્યારે જોયો જ્યારે તેમના પિતાએ પોતાની હોડી જાતે બનાવી હતી.

"દરરોજ હું ખૂબ જ આતુરતાપૂર્વક પ્રતીક્ષા કરતો જ્યાં સુધી હું તે જગાએ જઈ શકતો નહોતો જ્યાં હોડી આકાર લઈ રહી હતી... ધીમે ધીમે નીચે, ત્યાર પછી અમારી આંખોની સામે તેની બાજુઓ અને હલેસાં બનવા લાગ્યાં... મારા કાર્યમાં અનેક વર્ષો પછી, હું રૉકેટ અને મિસાઇલ બનાવતા શીખીશ... પરંતુ એ હોડી સમુદ્ર કિનારે આવી રહી છે, જે તીર્થયાત્રીઓને તથા માછીમારોને આગળ પાછળ લઈ જશે... કોણ કહી શકે છે કે આ અમારા જીવનમાં મહત્ત્વપૂર્ણ નહોતું?" તેમણે પોતાની આત્મકથામાં લખ્યું. કલામના પિતા જેમને વિજ્ઞાન અને તેના શિક્ષણ અંગે કોઈ પણ પ્રકારનું જ્ઞાન નહોતું, તેઓ તેમના પ્રેરણાસ્રોત બન્યા.

કલામના જીવનમાં આર્થિક સંકટ અને ગરીબી હંમેશાં એક અડચણ બનીને રહ્યા છે. કંઈ હરકત નહીં, જ્ઞાન પ્રાપ્ત કરવા તથા પોતાના મિશન પ્રાપ્તિ માટે તેમના મક્કમ નિર્ધારે હંમેશાં તેમની સહાયતા કરી હતી. ૧૦૦૦ રૂપિયાની

એક આવશ્યક રકમ મેળવવા માટે, તેમની બહેને તેમની સહાયતા કરવા માટે પોતાની બંગડીઓ ગીરવે મૂકી હતી. જો કે એમટીઆઈમાં પોતાની છાત્રવૃત્તિ માટે સ્પષ્ટ કર્યા પશ્ચાત્, તેઓ પોતાની બહેનને તે રકમ ચૂકવવા માટે કૃતનિશ્ચયી હતા.

"આ મારો વિશ્વાસ છે : કે મુશ્કેલીઓ અને સમસ્યાઓના માધ્યમથી ઈશ્વર આપણને આગળ વધવા માટેની તક પૂરી પાડે છે. એ કારણે જ્યારે આપના આશાઓ અને સ્વપ્નાઓ જમીનદોસ્ત થઈ જાય, ત્યારે તે ભંગારની વચ્ચે શોધ કરો, તમને ખંડિયેરમાં છુપાયેલ સોનેરી અવસર મળી શકે છે."

- એ.પી.જે.અબ્દુલ કલામ

એમટીઆઈમાં પોતાના વર્ષો દરમિયાન, ૧૯૫૪-૧૯૫૭, તેમનું લક્ષ્ય તેમના માટે સ્પષ્ટ થઈ ગયું હતું, પરંતુ પોતાની પશ્ચાદ્ભૂમિને કારણે તેમના વલણમાં આત્મવિશ્વાસના અભાવની થોડી સમસ્યા હતી. તેમણે એના કારણે સમજૂતી કરી નહીં અને પોતાની નિર્બળતાને દૂર કરવાનો નિશ્ચય કરી લીધો. તેમણે સાહસ એકઠું કર્યું અને પોતાના સાથીદારો સાથે વાતચીત કરવા માટે એક ડગલું આગળ વધાર્યું. જો કે તેમના વર્ગનો સમૂહ નાનો અને સીમિત હતો અને લગભગ ૮ - ૯ વિદ્યાર્થીઓ હતા, એ કારણે વાતચીત સરળ બની ગઈ. એટલુંજ નહીં, શિક્ષકો અને અધ્યાપકોની સાથે પણ વાતચીત અઘરી નહોતી, કારણ કે તેમના ગુણ વધારે નહોતા. તેઓ પોતાના લક્ષ્ય પ્રત્યે એટલા મક્કમ તથા કૃતનિશ્ચયી હતા કે એક વાર તેમણે એમટીઆઈમાં બે વિઘટિત વાયુયાનોને જોયા, ત્યારે તેમને અત્યંત આનંદ થયો. તેઓ એમટીઆઈમાં પોતાના પ્રથમ વર્ષ પછી તેના પ્રત્યેક હિસ્સાનું અવલોકન કરતા ત્યાં બેસી રહેતા, તેમણે પોતાના વ્યાવહારિક જ્ઞાનના એક ભાગ રૂપે (વિમાન વિદ્યા) એરોનોટિક્સ એન્જિનિયરિંગના વિકલ્પને પસંદ કર્યો, જેણે તેમના વ્યાવસાયિક કારકિર્દીની આધારશિલા મૂકી.

પોતાના ત્રીજા વર્ષના અંતે, કલામને પોતાના ચાર સહયોગીઓની સાથે એમ નિમ્ન સ્તરીય હુમલા વાળું હવાઈ જહાજનું મૉડલને તૈયાર કરવાનું કાર્ય સોંપવામાં આવ્યું. કલામે મૉડલની ડિઝાઈન તૈયાર કરવાની જવાબદારી લીધી, જ્યારે બીજાએ મૉડલના નિયંત્રણ અને ડિઝાઇનિંગનું કાર્ય સંભાળી લીધું પ્રો. સ્પૉન્ડર, એ ઑસ્ટ્રિયાઈએ તેઓને (વાયુગતિકી) એરોડાયનેમિક્સ ભણાવ્યા, પ્રો. કે.એ.વી. પંડાલાઈ જેઓ મળતાવડા અને ઉત્સાહી અધ્યાપક હતા, તેમણે તેમણે હવાઈ સંરચના શીખવી, જ્યારે પ્રો. નરસિંહ રાવે તેમને સૈદ્ધાંતિક વાયુગતિકીને (એરોડાયનેમિક્સ) ભણાવી.

અબ્દુલ કલામની પ્રથમ ઉડાન

અત્યંત પરિશ્રમ કરવા છતાં કલામમાં કાર્યને તેમના ડિઝાઈન શિક્ષક પ્રો. શ્રીનિવાસને નામંજૂર કરી દીધી, જેઓ તે સમયે એમટીઆઈના તત્કાલીન પ્રબંધક હતા. શ્રીનિવાસને તેમની વાતો પર પણ લક્ષ્ય આપ્યું નહીં. એ હકીકતને જાણવા છતાં પણ કે તેને પુનઃ તૈયાર કરવામાં ઘણો સમય લાગશે અને મહિનાના સમયગાળાની વિનંતીને તેમણે અસ્વીકાર કરી દીધો, શ્રીનિવાસનએ તેમને નિર્દેશ આપ્યો અને તેમને ત્રણ દિવસની અંદર જ પોતાની ડિઝાઈનને જમા કરવા માટેનો આદેશ આપ્યો અન્યથા તેમને છાત્રવૃત્તિનો અવસર મળી શકશે નહીં.

"જો, યુવાન, આજે શુક્રવારની બપોર છે. હું તમને ત્રણ દિવસનો સમય આપું છું. જો સોમવારની સવાર સુધીમાં મને કૉન્ફિગરેશન ડ્રૉઈંગ નહીં મળે તો તમારી છાત્રવૃત્તિને બંધ કરી દેવામાં આવશે."

કલામ આનો ઉત્તર આપી શક્યા નહીં કારણ કે આ જ એક માત્ર આશા હતી જેના પર તેમનું સમગ્ર જીવન અને કારકિર્દી નિર્ભર હતા.

કલામે કોઈ પણ પ્રકારની દલીલબાજી કર્યા સિવાય પોતાના પ્રૉજેક્ટ પર કાર્ય કરવાનું શરૂ કરી દીધું તેમણે બપોરના ભોજનનો પરહેજ કર્યો અને તેમની રાત્રિઓની નિદ્રા પણ વેરણ બની ગઈ હતી. શનિવારે તેમણે માત્ર એક જ કલાકનો બ્રેક લીધો અને પાછા કામ પર ચાલ્યા ગયા.

રવિવારની સવારે, કે જે પ્રોજેક્ટને જમા કરાવવાનો અંતિમ દિવસ હતો, એ કારણે તેમણે પોતાની જાતને કામમાં સતત વ્યસ્ત રાખી, તે સમયે તેમને

પોતાના ખંડમાં કોઈની ઉપસ્થિતિનો અણસાર આવ્યો. તેમણે જોયું તો તેઓ તો પ્રો. શ્રીનિવાસન હતા, જેઓ તેમને પૂરા ખંતથી અને ધગશથી કામ કરતા જોઈને તથા પોતાના કાર્ય પ્રત્યેના તેમના સમર્પણને જોઈને અત્યંત આનંદિત બન્યા. તેમણે કલામને ગળે વળગાડી દીધા અને પ્રેમથી તેમની પીઠને થપથપાવી. તેમની પ્રશંસાના શબ્દો હતા :

"મને ખબર હતી કે હું તને દબાણ હેઠળ મૂકી રહ્યો હતો અને એક અશક્ય સીમારેખામાં કાર્ય પૂર્ણ કરવા કહી રહ્યો હતો. મેં તારી પાસેથી આટલાં સારાં પ્રદર્શનની અપેક્ષા રાખી નહોતી...!"

"શીર્ષ પર ચઢવા માટે તાકાતની આવશ્યકતા હોય છે, ભલે તે માઉન્ટ એવરેસ્ટ હોય કે કારકિર્દીનું શિખર હોય."

- એ.પી.જે.અબ્દુલ કલામ

લગભગ ૨૬ વર્ષની વયે, કલામે સ્નાતકની ડિગ્રી પ્રાપ્ત કરી અને પછી તેમને એચએએલ, હિંદુસ્તાન એરોનૉટિક્સ લિમિટેડ બૅંગ્લોરમાં એક એરોનોટિકલ એન્જિનિયરના રૂપમાં પસંદ કવામાં આવ્યા. તેમને એન્જિન વિભાગમાં નિયુક્ત કરવામાં આવ્યા હતા અને તેમને રેડિયલ એન્જિન - કમ - ડ્રમ સંચાલન પર પ્રશિક્ષિત કરવામાં આવ્યા હતા અને એટલે સુધી કે તેઓ ક્રૅન્કશાફ્ટની ચકાસણી કરવાનું પણ શીખી ગયા હતા. જ્યારે કલામે ૧૯૫૮માં એચએએલની ડિગ્રી પ્રાપ્ત કરી, ત્યારે તેમના દ્વાર પર રોજગારના બે સ્વપ્નાઓ તેમની પ્રતીક્ષા કરી રહ્યા હતા. એક મંત્રાલય અને રક્ષાના તકનીકી વિકાસ અને ઉત્પાદન નિયામકના કાર્યાલય (ડીટી એન્ડ પી)માં નોકરી હતી અને બીજું ભારતીય વાયુ સેનામાં કારકિર્દી હતી. કારણ કે તેઓ બન્નેની તરફેણમાં હતા, એ માટે તેમણે તેના માટે અરજી કરી અને બન્નેમાંથી સાક્ષાત્કારના કૉલ્સ એક સાથે આવ્યા હતા.

પોતાના જીવન દ્વારા આપવામાં આવેલા અવસરોનો લાભ મેળવવા માટે, કલામે પ્રથમ પસંદગી સાથે શરૂઆત કરી અને મંત્રાલય અને રક્ષાના તકનીકી વિકાસ અને ઉત્પાદન નિયામકના કાર્યાલય (ડીટી એન્ડ પી)માં સાક્ષાત્કાર માટે તેઓ દિલ્લી આવ્યા પરંતુ કોઈ પણ રીતે તેમનું ચયન તેમાં થઈ શક્યું નહીં. તેમણે પોતાની સમગ્ર શક્તિ એકત્રિત કરી અને વાયુ પસંદગી બૉર્ડની સાથે પોતાના બીજા કૉલના અવસર માટે સાક્ષાત્કાર અર્થે દહેરાદૂન ગયા. પરંતુ ત્યાં પણ સોદો ઉચિત રીતે થઈ શક્યો નહીં કારણ કે આયોજિત પરીક્ષા તેમના જ્ઞાનના

પરીક્ષણની ક્ષમતા પર નહોતી પરંતુ ઉમેદવારના વ્યક્તિત્વ પર આધારિત હતી. તેમનું ત્યાં પણ ચયન થઈ શક્યું નહીં કારણ કે ૨૫ ઉમેદવારોમાં તેઓ નવમા સ્થાન પર હતા અને માત્ર ૮ જ જણ તેના માટે યથાયોગ્ય હતા.

શિવાનંદ ગંગા કિનારે બેઠા છે

કલામ પોતાના જીવનના બીજા સર્વોત્તમ અવસરમાં અસ્વીકૃત બનવાને કારણે નિરાશા અને હતાશામાં ગરકાવ થઈ ગયા હતા. તેમણે પવિત્ર ગંગાનદીમાં સ્નાન કરવા માટે હરિદ્વારની યાત્રા કરી. તેઓ ઉદાસ બનીને ધીમે ધીમે ત્યાં ચાલી રહ્યા હતા અને જયારે તેમણે શિવાનંદનો આશ્રમ નિહાળ્યો અને અંદર ચાલ્યા ગયા. ત્યાં તેમની મુલાકાત સ્વામી શિવાનંદ સાથે થઈ, જેમણે તેમના મનને તત્કાળ પારખી લીધું અને તત્કાળ તેમની ચિંતા અને ઉદાસીનું કારણ પૂછ્યું. સ્વામીજીના આવા સીધા પ્રશ્નથી કલામ પણ આભા બની ગયા અને તેમણે પોતાની આપવીતીની સંપૂર્ણ કથા તેમને જણાવી. તેમની વાર્તા સાંભળીને, સ્વામીજીએ તેમને ઈશ્વરની ઈચ્છાનો સ્વીકાર કરવા અને તે અનુસાર કાર્ય કરવા માટેની સલાહ આપી.

સ્વામીજીએ કહ્યું, “પોતાની જાત સાથે એકાકાર થઈ જાઓ અને પોતાની જાતને ઈશ્વરની ઈચ્છા સમક્ષ પોતાની જાતનું આત્મસમર્પણ કરી દો”

એટલું જ નહીં, સ્વામીજીની વાતો સાંભળીને તેમને યાદ આવ્યું કે કબીરજી શું કહેતા હતા...

"તમને પરમેશ્વરે જે આપ્યું છે તેનાથી સંતુષ્ટ થવું જોઈએ. વિશ્વાસ અને ધૈર્ય રાખો."

"જો તમે નિષ્ફળ (FAIL) બનો છો, તો ક્યારેય હાર માનશો નહીં કારણ કે F-A-I-L Lનો અર્થ છે 'શીખવાનો પ્રથમ પ્રયત્ન'"

- એ.પી.જે.અબ્દુલ કલામ

આત્મ-નિયંત્રણના આ શબ્દો અને ઈશ્વરની ઈચ્છાનો સ્વીકાર કરવાથી કલામને માત્ર કલામને પોતાને રાહત પ્રાપ્ત થઈ એટલું જ નહીં, તેમના ઘવાયેલાં મનને પણ રાહતનો અનુભવ થયો.જ્યારે કલામ દિલ્લી પાછા ફર્યા ત્યારે તેમને ડીટીડી એન્ડ પી તરફથી ફોન કૉલ મળ્યો અને તેમની પસંદગી વિશે જાણ કરવામાં આવી તથા એ પદભાર પર કાર્યભાર ગ્રહણ કરવા માટે જણાવવામાં આવ્યું, જેને માટે તેમણે અરજી કરી હતી. કલામે ૧૯૫૮માં ડીટીડી એન્ડ પી (વાયુ)માં એક વરિષ્ટ વૈજ્ઞાનિક સહાયકના રૂપમાં રૂ. ૨૫૦/- પ્રતિ માસ મૂળ વેતન પર કાર્યભાર ગ્રહણ કર્યો. ત્યાં તેમને સામેલ થવાથી તેમના દુઃખમાંથી બહાર આવવામાં તેમને મદદ પ્રાપ્ત થઈ અને તેમણે હવાઈ જહાજને વધારે કુશળ બનાવવા માટે જુસ્સા અને સમર્પણ સહિત કાર્ય કર્યું. પોતાના પ્રથમ વર્ષ દરમિયાન તેમણે પોતાના પ્રભારી અધિકારીની સહાયતાથી સુપરસોનિક લક્ષ્ય વિમાન પર કાર્ય કર્યું અને ડૉ. નીલકાન્તની પ્રશંસા પ્રાપ્ત કરી. તેમને હાલમાં કાનપુરમાં નિયુક્ત કરવામાં આવ્યા અને ત્યાંથી સીધા બૅંગ્લોરમાં એક નવા નિર્મિત સેટ એરોનોટિક્સ ડેવલપમેન્ટ ઇન્સ્ટિટ્યૂટ (એડીઈ)માં નિયુક્ત કરવામાં આવ્યા.

અહીંઆ એડીઈમાં, તેમણે એક નવા અને પડકાદાયક કાર્યનો આરંભ કર્યો.

એક પરિજ્ઞાપી રૉકેટ દ્વારા વાયુમંડળમાં લઈ જવા માટે તૈયાર કરવાવાળા ઉપકરણ કલામ અને આર. અરવમુદન છે

તેમણે ચાર લોકોની એક ટીમનું નેતૃત્વ કર્યું અને સ્વદેશી હોવરક્રાફ્ટ ડિઝાઈન કરવાનો તથા તેને વિકસિત કરવાનો વિકલ્પ પસંદ કર્યો. વિડંબના તો એ હતી કે એ બધાને હોવરક્રાફ્ટની ડિઝાઈન અને વિકાસ વિશે કંઈ પણ માહિતી નહોતી, પરંતુ તેમના મક્કમ સંકલ્પ-નિર્ધાર, ઉત્સાહ તેમજ પ્રતિબદ્ધતાએ તે દરેકને એ પરિયોજના પર કાર્ય કરવા માટે એક સાથે રાખ્યા.

થોડા સમય પછી, લગભગ એક વર્ષમાં, તત્કાલીન રક્ષા મંત્રી વી. કે. કૃષ્ણા મેનન દ્વારા કરવામાં આવેલા સર્વેક્ષણમાં તેમની પરિયોજનાનું પરીક્ષણ કરવામાં આવ્યું. તેમણે રક્ષા સંશોધન અને વિકાસ સંગઠનની સ્થાપના અને વિકાસમાં મહત્ત્વપૂર્ણ ભૂમિકા અદા કરી હતી. તેમણે તેમની પરિયોજનાનું કાળજીપૂર્વક અવલોકન કર્યું અને નિયમિત રૂપે હોવરક્રાફ્ટની પ્રગતિની ચકાસણીમાં રસ દાખવ્યો. એડીઈની પોતાની યાત્રાના એક દિવસ, નંદી નામના હોવરક્રાફ્ટના પરીક્ષણ ઉડ્ડયન માટે ઊડવા તૈયાર હતું તથા મેનન તેની સવારી પર જવા માટે ઈચ્છુક હતા, સમૂહ કપ્તાન અને ચાલક દળ દ્વારા અનેક વાંધાઓ લેવામાં આવ્યા કારણ કે રક્ષા મંત્રીની સુરક્ષા તેઓ માટે અધિક મહત્ત્વપૂર્ણ હતા અને તેઓએ પોતાના જીવનોને જોખમમાં મૂકવા ઉચિત ગણ્યું નહીં. લેવામાં તમામ આવેલા વાંધાઓ છતાંય, મેનન આગળ વધ્યા અને હોવરક્રાફ્ટ પર ઉડ્ડયન માટે ગયા અને પાઇલોટની સીટને સ્વયં કલામ સિવાય કોઈ પણ અન્યથી સન્માનિત કરી નહીં.

આમ જોવામાં આવે તો શ્રી મેનન દ્વારા લેવામાં આવેલ આ અંતિમ સત્ર હતું કારણ કે ત્યાર પછી તેમને રક્ષા મંત્રીના રૂપમાં બદલી દેવામાં આવ્યા હતા.

કૃષ્ણ મેનનની સાથે હોવરક્રાફ્ટ-કલામ

તેમના પ્રતિસ્થાપને કલામને ઉદાસ અવસ્થામાં મૂકી દીધા કારણ કે ઉડ્ડયન દરમિયાન મેનને કલામના સમૂહને એક અધિક શક્તિશાળી વાહન ડિઝાઈન કરવાનો સૂચન આપ્યું હતું, જેનો વિચાર શ્રી મેનનની સાથે ભાંગી પડ્યો અને કેટલાક કારણોસર હોવરક્રાફ્ટ પરિયોજના બંધ કરી દેવામાં આવી. પરંતુ નિયતિએ હંમેશાં પોતાની ભૂમિકા અદા કરી છે અને એડીએના નવા નિયામક, પ્રો. એમ. જી. કે. મેનન, બૉમ્બેમાં ટાટા ઈન્સ્ટિટ્યૂટ ઑફ ફન્ડામેન્ટલ રિસર્ચ (ટીએફએફઆર) ના તત્કાલીન નિયામક એક મુલાકાતે આવ્યા અને તેમની ઈચ્છા એ જ હોવરક્રાફ્ટ પર સવારી કરવાની હતી. કલામે તેમને મશીન બતાવ્યું અને તેમને ઉડ્ડયન માટે લઈ ગયા જે દરેક માટે અત્યંત સંતોષકારક હતું.

એમ. જી. કે. મેનનની સાથેની કલામની આ મુલાકાતે તેમના જીવનમાં એક ખૂબ મોટું પરિવર્તન આણી દીધું અને નસીબે પાસું ફેરવ્યું અને તેમની કારકિર્દીને ઊંચે લઈ ગયું. તેમને ભારતીય અંતરિક્ષ સંશોધન સમિતિ (INCOSPAR)માં રૉકેટ એન્જિનિયરના પદ માટે (ટીઆઈએફઆર)માં સાક્ષાત્કાર માટ્ બૉમ્બે બોલવવામાં આવ્યા. જ્યાં કલામને રૉકેટ એન્જિનિયરના પદ માટે ડૉ વિક્રમ સારાભાઈએ પસંદ કર્યા, જેઓ પ્રથમ વાર પસંદગી સમિતિનો ભાગ હતા. કલામના જીવનમાં આવેલા આ અદ્ભુત વળાંકે તેમની વ્યાવસાયિક કારકિર્દીને તદ્દન બદલી નાખી.

કલામના માર્ગદર્શનમાં, (INCOSPAR)એ ૧૯૬૨માં થુમ્બા ઈક્વેટોરિયલ રૉકેટ લૉન્ચિંગ સ્ટેશન (TERLS)ની સ્થાપના કરી. ટર્લ્સ (TERLS)ના

વિક્રમ સારાભાઈની સાથે યુવા ડૉ. અબ્દુલ કલામ

અધિકારીઓએ કલામને સાઉન્ડિંગ રૉકેટ તથા તેની લૉન્ચિંગ તકનીકો પર છ માસના પ્રશિક્ષણ માટે અમેરિકા જવા માટે પસંદ કર્યા. કલામે પોતાના સમગ્ર જીવનકાળ દરમિયાન આ જ એક માત્ર પ્રશિક્ષણ પ્રાપ્ત કર્યું હતું. આના કારણે કલામનો રૉકેટો સાથે ઘનિષ્ઠ સંપર્ક થયો અને તેનું અધ્યયન થયું, જે આજે પણ જોવા મળે છે. વૈજ્ઞાનિક સંશોધન અને ટેક્નૉલૉજી વિકાસ પર પોતાની દૃષ્ટિને સ્થિર રાખતા, તેઓ શીખ્યા કે કેવી રીતે રથના બે ઘોડા સુચારુ રૂપે ચાલે છે. ત્યાર બાદ તેમણે નાસાના પૃથ્વી પરિક્રમા ઉપગ્રહ અનુપ્રયોગ પર કરવામાં આવતાં કાર્યોની મુલાકાત લીધી.

તેમનું અંતિમ પ્રશિક્ષણ અમેરિકામાં હતું જ્યાં તેઓ શીખ્યા કે કેવી રીતે મહેનતુ અમેરિકનો માટે પ્રત્યેક વસ્તુઓ માટે નિશ્ચિત ઉદ્દેશ્ય હોય છે. તેમનું

કલામ અને આર. અરવમુદન - થુંબા ભૂમધ્યરેખીય રૉકેટ પ્રક્ષેપણ સ્ટેશન પર પ્રારંભિક દિવસોમાં એક ધ્વનિક રૉકેટ દ્વારા વાતાવરણમાં લઈ જવા માટે ઉપકરણ તૈયાર કરી રહ્યાં છે

પ્રશિક્ષણ વૉલૉપ દ્વીપ પર નાસાના ઉડ્ડયન પરીક્ષણ સુવિધામાં હતું. ત્યાં તેઓએ એ પણ અનુભવ કર્યો કે દરેકનું જીવન વિઘ્નોથી ભરપૂર હોય છે અને દરેક મક્કમ નિર્ધાર અને પ્રતિબદ્ધતા સાથે પોતાના વિઘ્નોની સામે ઝઝૂમે છે.

નાસાના સ્વાગત સમારોહમાં, કલામના મનમાં એક નિરાશાભર્યા વિચારે પોતાનો અડ્ડો જમાવ્યો, જ્યારે તેમણે દીવાલ પર રાખેલા ટીપૂ સુલતાનના

કલામ (ડાબેથી બીજા) સહિત પાંચ લોકોને નિયુક્ત કરીને સાઉન્ડિંગ રૉકેટ અને લૉન્ચિંગ તકનીક પર પ્રશિક્ષણ કાર્યક્રમ માટે અમેરિકા મોકલવામાં આવ્યા હતા.

પેન્ટિંગને જોયું, જેમાં તેઓ ૧૭૯૪માં અંગ્રેજોની વિરુદ્ધ એક રૉકેટ છોડી રહ્યા હતા. તેમણે અનુભવ્યું કે ભારતનું પાછળ પડવાનું કારણ આ જ છે કે જે ભૂમિ પર રૉકેટનો હથિયારના રૂપમાં ઉપયોગ કરવામાં આવી રહ્યો હતો, તેની પ્રાસંગિકતાના કોઈ જ સંકેત નહોતા, જ્યારે અમેરિકામાં આ જાગૃતતાનું આ જ કારણ છે કે અમેરિકન વિજ્ઞાન અને ટેક્નૉલૉજીમાં આગળ પડતા છે. તેમના છ માસના યૂએસએના પ્રવાસે કલામને એક તદ્દન ભિન્ન વ્યક્તિમાં પરિવર્તિત કરી દીધા. તેમણે અનુભવ્યું કે ભારતીય પોતાની પ્રતિભાને લાયક નથી અને તેઓની મૂળ માનસિકતા એક બીજાની ટીકા, નિંદા અને ફરિયાદો કરવાની છે.

અમેરિકાના પોતાના પ્રવાસમાં, તેઓ નાસામાં જે પણ શીખ્યા હતા, જે સમય તેઓને ત્યાં પસાર કર્યો હતો, તેમણે નાસામાં જ બનાવવામાં આવેલ નાઈક અપાચે નામના પ્રથમ સાઉન્ડિગ રૉકેટને લૉન્ચ કરતી વખતે પોતાનું સર્વસ્વ પોતાની પ્રતિભાના રૂપમાં જ ઠાલવી દીધું હતું. એ પરિયોજના માટે નવેમ્બર ૧૯૬૩માં તેઓ ટર્લ્સમાં પાછા આવી ગયા, જે ફ્રાન્સ, યૂએસએ અને યૂએસએસઆરને સામેલ કરનારી એક સંયુક્ત સહયોગ પરિયોજના હતી.

ડૉ. હોમી ભાભા અને ડૉ. વિક્રમ સારાભાઈ બન્ને પાસે ભારતના રાષ્ટ્રીય અંતરિક્ષ કાર્યક્રમ માટે ચોક્કસ દૃષ્ટિકોણ હતા. આ પ્રકારે, અંતરિક્ષ વિજ્ઞાન અને

ટીપૂ સુલ્તાનના રૉકેટ

ટેક્નૉલૉજી કેન્દ્ર (એસએસટીસી) ૧૯૬૫માં થુમ્બામાં અસ્તિત્વમાં આવ્યું. પ્રથમ સ્વદેશી અભિયાન રોહિણી પરિજ્ઞાપી રૉકેટ (આરએસઆર) ના વિકાસમાં પરિણીત બન્યું. કલામના મનમાં નિરંતર એ જ બાબત ઘોળાયા કરતી કે સાઉન્ડિંગ રૉકેટ અને રૉકેટ પ્લાન્ટ તૈયાર કરતા સમયે શું કરવામાં આવી રહ્યું હતું. આ રૉકેટની તકનીકનો પુનરુદ્ધાર હતો જેને ટીપૂ સુલતાને શરૂ કર્યું હતું. ટીપૂ સુલતાનને તેમના જ માણસોએ દગો કર્યો હતો અને ૧૭૯૯માં તેમને અંગ્રેજો દ્વારા મારી નાખવામાં આવ્યા હતા, ત્યાર બાદ આશરે ૧૬૦ વર્ષો સુધી તેને વિસારે પાડી દેવામાં આવ્યું હતું.

પાછલા ૩૦ વર્ષો અથવા તેનાથી અધિકમાં, અનેક સેંકડો આરએસઆર લૉન્ચ કરવામાં આવ્યા. પ્રથમ રૉકેટમાં ૩૨ કિલો વજનની સાથે એક એકલ મોટર સામેલ હતી અને ૭ કિલોના પેલોડના આશરે ૧૦ કિમીની ઊંચાઈ સુધી ઊઠાવી લીધું હતું. જલ્દીથી તેમાં એક બીજો તબક્કો જોડવામાં આવ્યો જેથી પેલોડનું વજન ૧૦૦ કીલોગ્રામ હોય અને તે ૩૫૦ કિમીની ઊંચાઈ સુધી પહોંચી શકે. પરિજ્ઞાપી રૉકેટો સંબંધિત આ પ્રયાસે અત્યંત ઉચ્ચ નિષ્પાદનને વિકસિત કરવામાં સહાયતા કરી અને આ કારણે પ્રણોદક ઈંધણ પ્રણોદક સંયંત્રની સ્થાપના થઈ.

ડૉ. વિક્રમ સારાભાઈએ થુમ્બા ઈક્વેટોરિયલ રૉકેટ લૉન્ચિંગ સ્ટેશન (TERLS)માં વિભિન્ન પરિયોજનાઓની પ્રગતિનું નિરીક્ષણ કર્યું. તેઓ એક પ્રેરક વ્યક્તિ હતા જેઓ વિજ્ઞાન અને ટેક્નૉલૉજીના ક્ષેત્રમાં યુવાન, અનુભવ વિહોણા પરંતુ ઉત્સાહી વૈજ્ઞાનિકોને આત્મનિર્ભર બનાવવામાં પ્રોત્સાહિત કરવામાં વિશ્વાસ

ધરાવતા હતા. તેમની પાસે વિશાળ દષ્ટિકોણ હતો તથા એ સાથે અને તેમની અંતર્ગત કાર્ય કરનારાઓ કહ્યું કે તેઓ નેતૃત્વનું એક ઉત્તમ ઉદાહરણ હતા.

તેમના કાર્ય માટે હોમી ભાભા અને વિક્રમ સારાભાઈના માર્ગદર્શનમાં, નાઈકે - અપાચે સાઉન્ડિય રૉકેટ પર, કલામને પુરસ્કૃત કરવામાં આવ્યા અને

નાઈકે-અપાચે રૉકેટ પ્રક્ષેપણ માટે તૈયાર થઈ રહ્યું છે

તેમને રૉકેટ એકીકરણ અને સુરક્ષાના પ્રભારી બનાવવામાં આવ્યા. આ સાથે ભારતમાં અનેક પ્રયોગશાળાઓને પરિજ્ઞાપી રૉકેટ વિકસિત કરવાના કાર્યક્રમમાં સામેલ કરવામાં આવનાર હતી. કલામે તેમની સાથે ટાટા ઇન્સ્ટિટ્યૂટ ઑફ ફન્ડામેન્ટલ રિસર્ચ (TIFR), નેશનલ ફિઝિકલ લેબોરેટરી (NPL) અને ફિઝિકલ રિસર્ચ લેબોરેટરી (PRL) અને યુએસએ, યૂએસએસઆર, ફ્રાન્સ, જર્મની તથા જાપાન ઇત્યાદિના પેલોડ વૈજ્ઞાનિકો સાથે વાતચીત કરવા માટે જણાવવામાં આવ્યું.

કલામ તથા તેમના જૂથ દ્વારા વિશેષ રૂપથી પ્રદર્શિત કાર્યોમાંના એક એ કંપોઝિટના નવા ક્ષેત્રમાં સંશોધન અને વિકાસના કાર્યનું નેતૃત્વ કર્યું, જે સંરચનાત્મક, થર્મલ, વિદ્યુત, રાસાયણિક અને યાંત્રિક ગુણોમાં સારું હતું. સને ૧૯૬૯માં, કલામ અને તેમના જૂથ દ્વારા પ્રથમ વાર ફિલામેન્ટ વાઇન્ડિંગ મશીનને વિકસિત કરવામાં આવ્યું હતું, અને એ જ વર્ષે ફેબ્રુઆરીમાં, તત્કાલીન વડાપ્રધાન શ્રીમતી ઇંદિરા ગાંધીએ મશીનનું ઉદ્‌ઘાટન કર્યું, જેનો ઉપયોગ કરીને, ઉચ્ચ શક્તિવાળા કાચના કપડાના ટુકડાઓ, બિન - દ્વિચરણીય પરિજ્ઞાપી રૉકેટો માટે

નીતભાર આવાસ બનાવવામાં આવ્યા હતા. એ સાથે ૩૬૦ મીમી વ્યાસ સુધીના એફઆરપી રૉકેટ મોટરને પણ ઘડવામાં આવ્યા.

૧૯૬૯ સુધી, ભારતીય ઉપગ્રહ પ્રક્ષેપણ યાન બનાવવાનો વિચાર સમાપ્ત થઈ ચૂક્યો હતો. ૧૯૬૮માં, કલામને એસએલવીના તબક્કાની જવાબદારી સોંપવામાં આવી હતી અને ડૉ. સારાભાઈ દ્વારા ઉપગ્રહ પ્રક્ષેપણ યાન ચસૅટલાઇટ લૉન્ચ વ્હિકલ (એએલવી) પરિયોજનાના નેતાના રૂપમાં તેમને પસંદ કરવામાં આવ્યા હતા, જેમણે ડૉ. હોમી ભાભાના વિમાન દુર્ઘટનામાં આકસ્મિક અવસાન પશ્ચાત્ પરમાણુ ઊર્જા વિભાગનું નેતૃત્વ કર્યું હતું. પરમાણુ ઊર્જા વિભાગે ભારતીય અંતરિક્ષ અનેસંધાન સંગઠનચઇન્ડિયન સ્પેસ રીસર્ચ ઑર્ગેનાઇઝેશન) (ઈસરો)ની સ્થાપના કરી કલામે એસએલવીના ચોથા તબક્કાની જવાબદારી આપવામાં આવી હતી.

ફ્રેન્ચ ડાયમન્ડ રૉકેટ કાર્યક્રમના પ્રભારી પ્રો.ક્યૂરિયનને ડૉ. સારાભાઈએ ફ્રાન્સની સાથે અંતરિક્ષમાં સહયોગની દૃષ્ટિએ થુમ્બા સુધી બોલાવ્યા હતા. પ્રો. ક્યૂરિયન કલામના કાર્યથી અત્યંત પ્રભાવિત થયા હતા અને ડૉ. સારાભાઈ સુધી પ્રસ્તાવ લઈને પહોંચ્યા કે કલામ તથા તેમની ટીમ ફ્રેન્ચ રૉકેટનો ચોથો તબક્કો બનાવવામાં સફળ બનશે કે નહીં.

જો કે, કલામ તથા તેમની ટીમને સોંપવામાં આવેલા કાર્યની ઘોષણા સાથે અનેક આપત્તિઓ, સંદેહ અને મુદ્દાઓ ઊઠાવવામાં આવ્યા હતા કે શું ટીમ આ પડકારને ઝીલી લઈને તેને પૂર્ણ કરશે. પરંતુ દરેક ચિંતાઓને દૂર રાખતા કલામે પોતાની ટીમની સાથે આ પ્રસ્તાવને એક પડકારના રૂપમાં જ સ્વીકારી લીધો અને સ્વયંને સર્વશ્રેષ્ઠ સાબિત કરવા માટે આગળ વધ્યા. આશ્ચર્યની વાત એ છે કે જ્યારે ડૉ. ક્યૂરિયન થોડા સમય પશ્ચાત્ થુમ્બા પાછા ફર્યા, ત્યાર તેઓ આ મહેનતુ ટીમના પરિણામ અને પ્રગતિને જોઈને ખુશ થયા અને કલામના નેતૃત્વમાં તેમણે કરેલા પ્રશંસનીય કાર્ય માટે તેમના વખાણ કર્યા. પરંતુ બે વર્ષના પરિશ્રમ અને સાયળ સમયગાળા પછી, કોઈ પણ પૂર્વ સૂચના કે જાણ સિવાય, ફ્રાન્સે ડાયમન્ડ પ્રોજેક્ટને સમાપ્ત કરી દીધો, જેના કારણો હજુ પણ અજ્ઞાત છે અને તેમણે ટીમ સાથે પણ કોઈ જ જાતનો સંપર્ક પણ કર્યો નહીં. જેના બ્રેકઅપને કારણે કલામ ઉદાસીમાં ગરકાવ થઈ ગયા અને તેમણે પોતાનું મનોબળ પણ ગુમાવી દીધું. બીજી બાજુ, ડૉ. વિક્રમ સારાભાઈએ જેટીસનિંગ તંત્રની ચાલી રહેલી પરિયોજનાના પર્યવેક્ષણ માટે થુમ્બાની મુલાકાત લીધી. ઑપરેશન શરૂ કરવા માટેના તેમના આગ્રહ વચ્ચે તેમણે

જોયું કે એ બરાબર કાર્ય કરી રહેલ નહોતી. કલામ અને તેમની ટીમે ભૂલની પ્રતીક્ષા કરી અને તેને સરખી કરી. આ વચ્ચે, ડૉ. સારાભાઈએ ઘટાડા પાછળનું કારણમાં જોયું કે રૉકેટના તબક્કાઓની સિસ્ટમ ઇન્ટરેક્શનમાં ખામી હતી. તેઓ એક એવા વ્યક્તિ હતા જેઓ હંમેશાં ક્ષતિઓની શોધમાં રહેતા હતા. એ માટે, પાછળથી જ્યારે ડૉ. સારાભાઈએ બટનને દબાવ્યું, ત્યારે સિસ્ટમ સંપૂર્ણપણે કાર્ય કરવા લાગી.

૧૯૬૯માં એક વાર, ડૉ. સારાભાઈએ કલામને સૈન્ય વિમાનો માટે રૉકેટ અસિસ્ટેડ ટેક-ઑફ (RATO) પ્રણાલીના વિકાસનો પ્રસ્તાવ આપ્યો અને કલામને એક રૂસી RATO જોવા માટે દિલ્લીના બહારના વિસ્તારમાં તિલપત રેન્જમાં લઈ ગયા. તેમનો ઈરાદો રૂસી મોટરની સહાયતા વડે ૧૮ માસના સમયગાળામાં ભારતમાં એક સમાન રૉકેટ અસિસ્ટેડ ટેક-ઑફ (RATO) બનાવવો હતો. આ મામલાની ચર્ચા માટે ડૉ. સારાભાઈએ સવારના પહોરમાં કલામને બોલાવ્યા અને બેઠકનો સમય આશરે સાડા ત્રણ વાગ્યાનો, નવી દિલ્લીના અશોક હોટેલમાં નક્કી કર્યો. ડૉ. સારાભાઈ માટે દિવસના આરંભના કલાકોમાં આવા પ્રકારની બેઠક ખૂબ સામાન્ય હતી કારણ કે તેઓ પોતાનો મહત્તમ સમય સૂવાના બદલે પોતાના કામમાં પસાર કરતા હતા.

ડૉ. સારાભાઈ દ્વારા સૂચવાયેલા સમયગાળા અનુસાર, કલામ તેમના અનુસાર કાર્ય કરવા માટે સંમત થયા અને ડૉ. સારાભાઈની આ ઘોષણા પર

પ્રધાનમંત્રી ઇંદિરા ગાંધીની સાથે એ.પી.જે. અબ્દુલ કલામ

તત્કાલીન વડાપ્રધાન શ્રીમતી ઇંદિરા ગાંધીની સાથે નાસ્તાની બેઠક કરી. બેઠક પછી તત્કાળ, દરેક સમાચારપત્રો તથા મીડિયા આ જ ઘોષણાની હેડલાઇન્સથી

છવાઈ ગયા. હવે દેશનું ગૌરવ કલામ તથા તેમની ટીમના ખભા પર હતું. કલામે આ પ્રણાલી માટે એક FRP સિસ્ટમ અને કમ્પોઝિટ પ્રણોદકનો ઉપયોગ કરવાનો નિર્ણય લીધો. આ સમયગાળામાં, ડૉ. સારાભાઈનો દૃષ્ટિકોણ એમાં સ્પષ્ટરૂપે દૃષ્ટિગોચર થયો કારણ કે આમાં આત્મનિર્ભરતા અને સ્વદેશી ટેક્નૉલૉજીઓના વિકાસ પર ભાર મૂકવામાં આવ્યો હતો.

આ ઘોષણા બાદ તરત જ, તેમણે રક્ષામંત્રાલયમાં પૅનલનો વિકાસ કરવાનું કાર્ય સોંપ્યું. સમિતિની અધ્યક્ષતા ગ્રેટ કૅપ્ટન નારાયણ, જેમણે હૈદરાબાદમાં ડીઆરડીએલનું નેતૃત્વ નિશ્ચિત રૂપે કલામ સાથે રહીને કર્યું હતું. બન્ને મહાનુભાવો મિસાઈલો અને અન્ય લશ્કરી હથિયારો કે તેના ઉત્પાદ પ્રણાલીઓ પર લાંબી ચર્ચાઓ કરતા હતા. જેની પાછળનો મૂળ વિચાર રક્ષા સેવાઓ માટે આવશ્યક હાર્ડવેરના આયાત પર ધ્યાન કેન્દ્રિત કરવાને બદલે સ્વયં નિર્મિત / તૈયાર પ્રણાલીઓ તૈયાર કરવાના હેતુ માટે હતો.

કલામને (RATO)ના વિકાસ માટેનું ઝનૂન હતું. પ્રત્યેક ક્ષણ અત્યંત મહત્ત્વપૂર્ણ હતી કારણ કે સૅટલાઇટ લૉન્ચ વ્હિકલનું કાર્ય પણ પ્રગતિમાં હતું, હૈદરાબાદમાં ડીઆરડીએલ દ્વારા મિસાઈલોની ડિઝાઈન અને વિકાસ પણ કાર્ય અને મિસાઈલ પૅનલની બેઠકોમાં પણ તેજી આવેલ હતી. બધી જ બાબતો સુચારુ રૂપે ચાલી રહી હતી, જ્યાં સુધી કલામ ૩૦ ડિસેમ્બર, ૧૯૭૧માં ત્રિવેન્દ્રમ ખાતે એક બેઠકમાં ભાગ લીધા પછી પરત આવ્યા નહીં. પરંતુ તેમના પરત ફર્યા પશ્ચાત્ તેમને સવારમાં જ પોતાના ગુરુ ડૉ. સારાભાઈના હૃદયરોગના હુમલાને કારણે થયેલ નિધનના સમાચાર પ્રાત થયા. કલામ પોતાને એકલવાયા અનુભવવા લાગ્યા હતા કારણ કે તેઓ વર્ષો સુધી પોતાના કાર્યકાળ દરમિયાન ડૉ. સારાભાઈ સાથે સંકળાયેલા રહ્યા હતા. ડૉ. સારાભાઈએ કલામમાં આત્મવિશ્વાસ અને જ્ઞાનને મઠારવામાં તથા તેમની વ્યાવસાયિક કારકિર્દીને પણ ઓપ આપવામાં મહત્ત્વપૂર્ણ ભુમિકા અદા કરી હતી. જેને કારણે, તેમના ગુરુના નિધને કલામને કઠોર પરિશ્રમ કરવા તથા ડૉ. સારાભાઈના સ્વપ્નાઓને મૂર્તિમંત કરવા માટે પોતાના કામના માધ્યમ દ્વારા તેમને ખરી શ્રદ્ધાંજલિ આપવા માટે પ્રેરિત કર્યા હતા. કલામે જેને શબ્દો દ્વારા જ નહીં, બલકે પોતાના કાર્યના સમર્પણ દ્વારા પણ સાબિત કરી બતાવ્યું, જેનું પરિણામ દશ મહિના પણ પછી જોવા મળ્યું. જ્યારે (RATO) પરિયોજનાનું સફળતાપૂર્વક પરિક્ષણ કરવામાં આવ્યું. ડૉ. સારાભાઈના મૃત્યુ પશ્ચાત્ કલામને પોતાના દુઃખ અને પીડામાંથી બહાર આવવાનો આ એક માત્ર ઉપાય હતો. એટલું જ નહીં, ટર્લ્સ, એસએસટીસી, રૉકેટ પ્રોપેલેન્ટ પ્લાન્ટ, રૉકેટ ફેબ્રિકેશન

ફેસલિટી અને પ્રોપેલેન્ટ ફ્યૂલ કૉમ્પલેક્સને ભેગાં કરી દેવામાં આવ્યા અને હવે તેનું નામ વિક્રમ સારાભાઈ સ્પેસ સેન્ટર(વીએસએસસી) રાખી દેવામાં આવ્યું.

કલામ જટિલ પરિયોજનાઓને કરતી વખતે એક કાર્ય પ્રદર્શનના પક્ષમાં નહોતા. તેઓ, એક નેતાના રૂપમાં, હંમેશાં કાર્યને પરિપૂર્ણ કરવા માટે આખીય ટીમને સામેલ થવા અને વધારે લોકોને એકઠા કરવાને પ્રાથમિકતા આપતા હતા. પરંતુ તેમણે એ બાબત પર પણ ખાસ ધ્યાન આપ્યું હતું તે હતું સમન્વય અને ટીમવર્ક, જે દરેક ટીમ / સમૂહના પ્રમુખ પાસાં હોય છે જેમાં ટીમનું નેતૃત્વ સ્વયં નેતા કરે છે.

પ્રો. એચ.જી.કેપ મેનનના માર્ગદર્શનમાં, પ્રો. સતીષ ધવનને બૅંગલોરમાં ભારતીય વિજ્ઞાન સંસ્થાનના નિયામક બનાવવામાં આવ્યા અને તેમને ઈસરો (ISRO)ના પ્રમુખ નિયુક્ત કરવામાં આવ્યા, કલામને એસએલવી (SLV)ના પ્રોજેક્ટ મૅનેજર તરીકે નિયુક્ત કરવામાં આવ્યા અને ડૉ. બ્રહ્મપ્રકાશે કલામને

અબ્દુલ કલામ એ પળનો ઉત્સાહ મનાવી રહ્યા છે

નિર્દેશિત કર્યા કે એસએલવી જેવી વિશાળ પરિયોજનાઓને સંભાળવા માટે ધૈર્ય, સહનશીલતા અને ચાતુર્યની આવશ્યકતા હોય છે. પ્રોજેક્ટ મૅનેજર હોવાના નાતે, જટિલ પરિયોજનાઓને સંભાળવું કલામ માટે અત્યંત પડકારદાયક હતું કારણ કે તેઓએ ક્યારેય પણ આવી પરિયોજનાઓને સંભાળી નહોતી અને વીએસએસસી (VSSC) ટીમવર્કની સાથે સથે સહયોગ કરવો અને તેને જાળવી રાખવો એ પણ અત્યંત આવશ્યક હોય છે.

આ પરિયોજનાનો પ્રાથમિક ઉદ્દેશ્ય પૃથ્વીની ચારેય બાજુએ ૪૦૦ કિમી વૃત્તાકાર વાહનમાં ૪૦ કિગ્રા. ઉપગ્રહ માટે એક વિશ્વસનીય પ્રક્ષેપણ યાનની ડિઝાઈન અને

એ.પી.જે. અબ્દુલ કલામ અંતરિક્ષ પ્રમુખ સતીશ ધવનની સાથે નજરે પડી રહ્યાં છે.

તેનો વિકાસ કરવાનો હતો. માર્ચ, ૧૯૭૩માં આશરે ૬૪ મહિનાઓની સીમારેખા હતી. કારણ કે કલામે આવ પ્રકારની જટિલતાને કોઈ પણ પરિયોજનામાં સંભાળેલ નહોતી, એ કારણે આ તદ્દન નવાચાર આવશ્યક હતો. આની સૌથી ઊપર, વીએસએસસી (VSSC)માં ઉપલબ્ધ પ્રતિભાઓની વચ્ચે તાલમેળ બેસાડવો તથા ટીમવર્ક તથા પરિયોજના પર કાર્ય કરનારા વિભિન્ન જૂથોની વચ્ચે ઘનિષ્ઠ સહયોગ સુનિશ્ચિત કરવો પણ હતું. આ પરિયોજના પ્રબંધકનું મુખ્ય કાર્ય હતું.

એસએલવી (SLV)એક વિશાળ પરિયોજના હતી, એવા અનેક હાથો અને ચહેરાઓ હતા જેમને આ પરિયોજનાને પરિપૂર્ણ કરવા માટે અધિકૃત કરવામાં આવેલ હતા. પ્રત્યેકની વચ્ચેના સમતોલન અને સમન્વયને જાળવી રાખવા અને માર્ગમાં આવતી અડચણોને દૂર કરવા જ મહત્ત્વપૂર્ણ નહોતું. જે મહત્ત્વપૂર્ણ બાબતોનું વિશ્લેષણ કરવામાં આવનાર હતું, તે તો હતા પરિયોજનાની ડિઝાઈન અને સંરચના, લક્ષ્યોન્મુખ વિચાર અને સૌથી મહત્ત્વપૂર્ણ પડકાર તો એ નિષ્ફળતાઓને સહન કરવા માટે શક્તિને જાળવી રાખવી તે સૌથી મહત્ત્વપૂર્ણ હતું અને જેને અવગણી શકાય તેમ પણ નહોતું. પરંતુ આ સૌથી ઊપર, આ ઉદ્દેશ્યોને આગળ ધપાવવા માટે જે પ્રાપ્ત કરવામાં આવ્યું એ તો હતું ‘તકનીકી સશક્તિકરણ’. ભારતમાં પ્રથમ વાર, પરિયોજનાના વિશાળ હોવાના રૂપમાં અનુબંધ પ્રબંધન યોજનાઓ લાગૂ કરવામાં આવી અને ખાનગી ક્ષેત્રોમાં પેટા-કોન્ટ્રાક્ટરને એકઠા કરવાની આવશ્યકતા ઉદ્ભવી. આ પરિયોજનાની પ્રગતિના

રૂપમાં 'મિકેનિકલ એન્જિનિયરિંગ'ની ભૂમિકાને પ્રોત્સાહિત કરવામાં આવી. એસએલવી (SLV) જ નહીં, વીએસએસસી(VSSC)માં, ડિજિટલ ઈલેક્ટ્રોનિક્સ, દૂરસંચાર સુવિધા, અને ઑટો પાયલોટ ઈલેક્ટ્રોનિક જેવા નવા ક્ષેત્રોને પણ બનાવવામાં તથા મજબૂત કરવામાં આવ્યા. આ પ્રથમ વાર હતું જ્યારે ભારતમાં આ પ્રકારની જટિલ તકનીકી પરિયોજનાઓનો આરંભ કરવામાં આવ્યો. ભારતનો ઔદ્યોગિક આધાર ક્યાંય પણ એટલો વ્યાપક કે ઊંડો નહોતો, જેટલો આજે છે. ડૉ. બ્રહ્મ પ્રકાશ, વીએસએસસીના નિયામક અને પ્રો. ધવન, ઈસરો, કલામના અધ્યક્ષ અને તેમની સારી રીતે પ્રશિક્ષિત ટીમના દૃઢ સંકલ્પ, રચનાત્મકતા અને ઉત્કૃષ્ટ ટીમ વર્કના માર્ગદર્શનમાં યુવા ઈજનેરોના આરંભિક વીસમા દશકા અથવા ત્રીસના દશકામાં ઊભાર્યા ...

આ જ સમયે, (DRDO)એ રૂસી SA-2ના જેવી સમાન સપાટી પરથી હવામાં મારો કરનારી મિસાઈલ [Surface & to & air missile] (SAM) વિકસિત

સતીશ ધવન અને ડૉ. બ્રહ્મ પ્રકાશની સાથે ડૉ. કલામ

કરવાનું શરૂ કર્યું. ડેવિલ પરિયોજના, કોડ- DEVIL,ને ફેબ્રુઆરી ૧૯૭૨માં સ્વીકૃત કરવામાં આવેલ હતું અને આને (DRDL), હૈદરાબાદ એર કમાન્ડર નારાયણનની અધ્યક્ષતામાં જેઓ એક ગતિશીલ વ્યક્તિ, જેઓ કોઈ પણ ભોગે ઝડપથી પરિણામ પ્રાપ્ત કરવા ઈચ્છતા હતા, તેમને સુપ્રદ કરવામાં આવ્યું.

કલામ એક એવા વ્યક્તિત્વના માલિક હતા જેમણે પોતાનો સંપૂર્ણ સમય પોતાના કામમાં ફાળવી દીધો કારણ કે તેઓ જાણતા હતા કે કંઈ ખાસ અને ઉલ્લેખનીય પ્રાપ્ત કરવા માટે પોતાના અંગત જીવનનો ત્યાગ કરવો પડે છે અને

પોતાના સાથીદારો દ્વારા માગવામાં આવતા સમય અને પોતાના લક્ષ્યનો સામનો કરવો પડે છે. તેઓ પોતાના સહયોગીઓની સાથે સ્વતંત્ર રૂપે સંવાદ કરતા હતા અને તેમના તરફથી રજૂ કરવામાં આવતા પ્રત્યેક રચનાત્મક વિચાર કે સૂચનોને આવકારતા હતા. તેઓ વાતચીત કરવા તથા સઘળી બાબતો અંગે ચર્ચા કરવામાં ઘણો સમય વ્યતીત કરતા હતા કારણ કે તેનો દૃઢ વિશ્વાસ હતો કે આ પ્રક્રિયા ઉત્તમ પરિણામ પ્રાપ્ત કરવામાં સહાયરૂપ બની શકે છે.

આ સિવાય, ટીમને માત્ર નૈતિક રૂપે જ નહીં, બલકે આર્થિક રૂપે પણ ડૉ. બ્રહ્મ પ્રકાશ દ્વારા ઘણી મદદ તથા સમર્થન પ્રાપ્ત થયું. પ્રોજેક્ટ લીડર હોવાની

ડૉ. કલામ પોતાના વિચાર કહેતા નજરે પડે છે

રૂએ, કલામે ક્યારેય પણ પોતાના સાથીદારો પર પોતાના વિચારોને લાદવાનો પ્રયાસ કર્યો, બલકે પોતાની ટીમ (વિશેષરૂપે યુવાનો) ના નવા વિચારો સાથે કાર્ય કરવા માટે પ્રેરિત કરી, જેના કારણે બહેતર પરિણામ મળ્યા. તેઓ સ્વયંને હંમેશાં નવા આવનારા જ્ઞાનથી અદ્યતન રાખવા ઈચ્છતા હતા, જેમાં ઉચિત સમય પ્રબંધનની પણ અભિયાચના હતી. ઈસરોના અધ્યક્ષ તથા અંતરિક્ષ વિભાગ (DoS) ના સચિવ પ્રો. ધવનમાં કલામને એક અત્યંત જાણકાર વ્યક્તિ ઉપલબ્ધ થઈ.

૧૦ ઑગષ્ટ, ૧૯૭૯માં આ સમયગાળાને એક આંચકો લાગ્યો, જ્યારે એસએલવી-૩નું પ્રથમ પ્રાયોગિક પ્રક્ષેપણ નિષ્ફળ બન્યું. દરેક લોકો નિરાશ હતા અને વિશેષ રૂપે કલામ માટે તો આ એક હૃદયદ્રાવક બાબત હતી. પરંતુ ઈશ્વરની કૃપાને કારણે તેમના સમર્થક ડૉ. બ્રહ્મ પ્રકાશ તથા પ્રો. ધવને તેમને નિરાશ થવા દીધા નહીં. એ માટે, તેઓએ કલામને પરિયોજનાઓને નિરંતર પરીક્ષણ આપવા માટે જ્યાં સુધી તેઓ સફળતાને ન વરે ત્યાં સુધી પ્રોત્સાહિત

કર્યા. એ કારણે, નિષ્ફળતાઓના કારણોના વિશ્લેષણ પશ્ચાત્, ૧૮ જુલાઈ, ૧૯૮૦માં બીજો પ્રયાસ કરવામાં આવ્યો અને એમાં કોઈ જ શંકાને સ્થાન નહોતું કે તે ખૂબ મોટી સફળતા હતી. તો, જેઓએ કલામમાંથી વિશ્વાસને ત્યજી દીધો હતો તેઓ અત્યારે દુનિયાના શીર્ષ સ્થાન પર હતા. કલામને તેમની આ ઉપલબ્ધિ માટે વૈજ્ઞાનિક સમુદાયે જ નહીં, બલકે ભારત સરકારે પણ સન્માનિત કર્યા.

કલામની આ સફળતાએ ઈર્ષ્યાની એવી ગંધ પેદા કરી જેના પ્રત્યે કલામ અત્યંત સંવેદનશીલ હતા. પરંતુ સૌભાગ્યથી, હૈદરાબાદમાં TERLSને હવે તેમના

એપીજે અબ્દુલ કલામ, ડીઆરડીએલ, એચબીડી

૨૦ વર્ષોના પરિશ્રમી અનુભવની આવશ્યકતા હતી. એ કારણે, તેમના પર ખૂબ જલ્દી ત્યાંથી ફોનકૉલ આવ્યો અને કલામ ઍંશીના દાયકાના આરંભમાં હૈદરાબાદ જવા માટે રવાના થઈ ગયા. કલામ ૧ જૂન ૧૯૮૨માં (DRDO)માં સામેલ થયા. એ સમયે ડૉ. રાજા રમન્ના વૈજ્ઞાનિક સલાહકાર હતા જેઓ અત્યંત ગતિશીલ વ્યક્તિ હતા અને તેમણે એક જાણકાર ધાતુવિદ્ અને ઉત્તમ પ્રશાસકના રૂપમાં ખ્યાતિ અર્જિત કરેલી હતી. ડીઆરડીએલમાં ચાલી રહેલા કામની માહિતગાર થયા અગાઉ તેમણે પોતાની ભૂમિકાનો આરંભ કરતા પહેલાં વિસ્તૃત ચર્ચા કરવાનું પસંદ કર્યું. ડૉ. સારાભાઈ કેવી રીતે થુમ્બામાં કાર્ય કરતા હતા, કેવી રીતે પરિયોજના વિશે સંપૂર્ણ માહિતી પ્રાપ્ત કરવા તેઓ ભિન્ન-ભિન્ન બારીઓના વિશેષજ્ઞોને આમંત્રિત કરતા હતા, તે બાબત તેઓને યાદ આવી ગઈ. એસએલવી-૩ જેવી વિશાળ પરિયોજનાઓને કાર્યાન્વિત કરવા માટે કલામે પોતાના ૨૦ વર્ષોના અનુભવનો તથા એ સાથે ડૉ. સારાભાઈના શિક્ષણનો ખૂબ સારી રીતે ઉપયોગ કર્યો. કારણ કે કલામને આ પરિયોજનામાં અત્યંત

રસ હતો; તેમને નવી દિલ્લીમાં થયેલી બેઠકમાં પરિયોજનાના પ્રસ્તુતીકરણનું કાર્ય સોંપવામાં આવ્યું હતું. જેમાં રક્ષામંત્રી અને અન્ય પ્રમુખો, ડૉ. અરુણાચલમ અને આધિકારિક પ્રમુખોએ પરિયોજનાની ડિઝાઈન અને લેઆઉટ માટેની ચર્ચામાં ભાગ લીધો હતો.

કલામની સાથે સાથે બાકીના બધાં લોકો પણ આ બેઠકમાં પ્રેઝન્ટેશન રજૂ કર્યા પછીના પરિણામો માટે અત્યંત ઉત્સાહિત જણાઈ રહ્યા હતા. બેઠકના અંતમાં, રક્ષા મંત્રીએ કલામ તથા ડૉ. અરુણાચલમને સાંજે મળવા માટે જણાવ્યું. તત્પશ્ચાત્, સાંજે, મંત્રીએ આગામી સવાર સુધી એકીકૃત નિર્દેશિત મિસાઇલ વિકાસ કાર્યક્રમ (IGMDP) માટે જણાવ્યું. નિઃસંદેહ, આ એક અઘરું કાર્ય હતું, પરંતુ કલામ અથા ડૉ. અરુણાચલમ આખી રાત કામ કરીને કાર્યવાહીની તૈયારી કરવામાં સફળ રહ્યા અને તેમના પ્રયાસોને બિરદાવવામાં આવ્યા અને મંત્રીએ તેમના પ્રસ્તાવ માટે લીલી ઝંડી બતાવીને ઝડપથી કામ શરૂ કરવા માટે જણાવ્યું. ૨૭ જુલાઈ, ૧૯૮૩ના આઈજીએમડીપી (IGMDP)ને અંતતઃ ડૉ. અરુણાચલમ દ્વારા ડીઆરડીએલ (IGMDP)માં લૉન્ચ કરવામાં આવ્યું હતું. માત્ર કર્મચારી જ નહીં બલકે અનેક પ્રયોગશાળાઓ અને સંસ્થાનોના વૈજ્ઞાનિકો પણ ખૂબ મોટી સંખ્યામાં ઉપસ્થિત રહ્યા હતા.

કલામ જેમણે ક્યારેક એસએલવી-૩ની ડિઝાઈન અને વિકાસમાં અત્યંત મહત્ત્વપૂર્ણ ભૂમિકા અદા કરી હતી, જેને ૧૮ જુલાઈ, ૧૯૮૦માં લૉન્ચ કરવામાં આવ્યું હતું, હવે ડીઆરડીએલ (DRDL)માં આઈજીડીએમપી (IGMDP)ના પ્રભારી હતા, જે એક અધિક જટિલ અને અઘરી પરિયોજના હતી.

૮૦ના દાયકામાં ડીઆરડીએલનું વાતાવારણ થુમ્બાના સાઇઠ અને સિત્તેરના દાયકાના જેવું જ હતું. કલામનો દશ વર્ષના સમયગાળાનો સૌથી સારો સમય જે તેઓએ આઈજીડીએમપીને કાર્યાન્વિત કરતાં ડીઆરડીએલમાં વિતાવ્યો હતો. તેમણે આઈજીડીએમપીને એક શાનદાર સફળતા આપવા માટે પોતાની સંપૂર્ણ તાકાત, જ્ઞાન અનુભવ અને તેઓ જેટલું કરી શકતા હતા, તે સર્વસ્વ સમર્પિત કરી દીધું. તેમણે સર્વશ્રેષ્ઠ સંસ્થાનો અને કેન્દ્રમાંથી પ્રતિભાશાળી વૈજ્ઞાનિકોની પસંદગી માટે પોતાનો સમય ફાળવ્યો, જેને પરિયોજનાના કાર્ય માટે ફાળવવામાં આવેલ હતા. અમુક પ્રમુખ સંસ્થાનો અને સંગઠનોને પણ તેમની સહાયતા, સમર્થન અને સહયોગ માટે આમંત્રિત કરવામાં આવેલ હતી. કલામે થુમ્બામાં જે અનુભવ પ્રાપ્ત કરેલ હતો, તેનાથી તેમને

ભારતમાં આ જટિલ અને પડકારદાયક પરિયોજનાની જવાબદારી સંભાળવામાં સહાયતા પ્રાપ્ત થઈ. એક કુંવારા અને ભાવુક કાર્યકર્તાના રૂપમાં, કલામ સપ્તાહમાં આશરે ૯૦ કલાક પોતાના કાર્ય માટે સમર્પિત કરી શકતા હતા.

મિસાઇલ ઉડ્ડયન પરીક્ષણો માટે એક સાઇટનું ચયન કરવામાં આવનાર હતું. અંતતઃ ઓરિસ્સા રાજ્યમાં બાલાસોરને વચગાળા પરીક્ષણ રેન્જઅંતરિમ

એકીકરણના અંતિમ ચરણમાં એસએલવી-૩નું નિરીક્ષણ કરતા ડૉ. બ્રહ્મ પ્રકાશ. તેમણે એના આરંભ પછીની નિરાશાઓનો સામનો કરવા અબ્દુલ કલામની મદદ કરી અને જ્યારે તે પોતાના સૌથી નિરાશાના સ્તર પર હતા, ત્યારે તેમણે સાંત્વના આપી.

પરીક્ષણ રેન્જ- આઈટીઆર-ITRના રૂપમાં પસંદ કરવાનો નિર્ણય કરવામાં આવ્યો હતો, જેને ડિસેમ્બર, ૧૯૮૬ સુધી તૈયાર કરવા માટે એક સ્વતંત્ર પ્રતિષ્ઠાન બનાવવામાં આવેલ હતું.

આની વચ્ચે, આઈજીડીએપી (IGMDP)ની પાંચ મિસાઇલોમાં જોડવામાં આવેલી છઠ્ઠી પરિયોજનાના સંચાલન માટ. ડીઆરડીએલ(DRDL)ની પાસે ઈમરત કાંચા ક્ષેત્રમાં એક ઉચ્ચ તકનીકી કેન્દ્ર, સંશોધન કેન્દ્ર ઈમારત (આરસીઆઈ) (RCI)ની સ્થાપના કરવામાં આવી.

સપ્ટેમ્બર, ૧૯૮૩માં રક્ષા મંત્રીએ આઈજીડીએપી (IGMDP) પ્રગતિની ચકાસણી કરવા માટે તેની મુલાકાત લીધી. તેઓ પ્રગતિથી સંતુષ્ટ હતા અને તેમણે શ્રમિકોના સમર્થન માટે સંપૂર્ણ સમર્થનની રજૂઆત કરી. આ ખુશખબર સાંભળીને તત્કાલીન વડાપ્રધાન શ્રીમતી ઈંદિરા ગાંધીએ ડીઆરડીએલની મુલાકાત લીધી. આ પ્રતિષ્ઠિત મહિલાના ભાષણ તથા ટિપ્પણીઓથી કાર્યકર્તાઓના મનોબળમાં વૃદ્ધિ થઈ. મિસાઇલનું આગામી પરીક્ષણ ઉડ્ડયન માટે તેને : 'જૂન ૧૯૯૭'ની તારીખનો વાયદો કરવામાં આવ્યો હતો. દરેક

પ્રબંધન તકનીકોની વ્યવસ્થા ભારત સરકાર દ્વારા કરવામાં આવી હતી. ડૉ. અરુણાચલમે ૨૭ સપ્ટેબર, ૧૯૮૪ના રોજ સંપૂર્ણ સ્થિતિની સમીક્ષા કરી.

દૃષ્ટિકોણનો ઉપયોગ ૧૨ શૈક્ષણિક સંસ્થાનો, ૩૦ ડીઆરડીઓ (DRDO) પ્રયોગશાળાઓ, અનેક સીએસઆઈઆર (CSIR) પ્રયોગશાળાઓ, ઈસરો (ISRO) અને અનેક ભારતીય ઉદ્યોગોને લાવવા માટે કરવામાં આવ્યો હતો.

ડીઆરડીએલમાં અબ્દુલ કલામ અને ઈંદિરા ગાંધી

દેશના વિભિન્ન શૈક્ષિણ સંસ્થાનોમાં ૫૦ કરતાં પણ અધિક પ્રોફેસરો અને ૧૦૦ સંશોધન વિદ્વાન મિસાઇલ સંબંધિત સંશોધનો અને વિકાસ સમસ્યાઓ પર કાર્ય કરી રહ્યા હતા. આશરે ૩૦૦ યુવાન પ્રતિભાશાળી એન્જિનિયરોની ભરતી માટે કેમ્પસ સાક્ષાત્કાર આયોજિત કરવામાં આવ્યા. જે પ્રમાણે વડાપ્રાન શ્રીમતી ઈંદિરા ગાંધીએ સલાહ આપી હતી, ઉત્કૃષ્ટતાની શોધની સાથે સાથે ત્વરિત અમલીકરણ પણ સાથે સાથે જ ચાલ્યા.

શ્રીમતી ઈંદિરા ગાંધીની દુર્ભાગ્યપૂર્ણ હત્યા પશ્ચાત્ ૩ ઑગષ્ટ ૧૯૮૭માં શ્રીમતી ઈંદિરા ગાંધીના ઉત્તરાધિકારી શ્રી રાજીવ ગાંધીએ ડીઆરડીએલ (DRDL)ની મુલાકાત લીધી. ઑગષ્ટ સુધી, ઈમારત કાંચામાં મિસાઇલ ટેક્નૉલૉજી સંશોધન કેન્દ્રના નિર્માણના કાર્યના સંકલનમાં સફળતાથી સારી અને સંતોષજનક માત્રા નિહાળી શકાતી હતી. રાજીવ ગાંધીએ આરસીઆઈ (RCI)ની આધારશિલા મૂકી અને દરેક આઈજીએમડીપી (IGMDP)ને સાથે રહીને આગળ વધવા માટે પ્રોત્સાહિત કર્યા.

ટીમના કપ્તાન, કલામને આઈજીડીએમપી (IGMDP)ની સફળતા માટે સન્માનિત કરવામાં આવ્યા, જેમણે આશરે ૧૦ વર્ષો સુધી ડીઆરડીએલ

(DRDL) વિભાગનું નેતૃત્વ સંભાળ્યું હતું અને જેમને જુલાઈ ૧૯૯૨માં રક્ષા મંત્રીના વૈજ્ઞાનિક સલાહકારના રૂપમાં રક્ષા સંશોધન અને વિકાસ વિભાગમાં બોલાવવામાં આવ્યા.

વિભિન્ન ઉચ્ચ શ્રેણીના ઇજનેરો અને વૈજ્ઞાનિકો હોવા છતાં, કલામે પ્રમુખ રૂપે એક પ્રશંસનીય કાર્ય કર્યું હતું. હંમેશાં તેમના હાથમાં એક સાથે કામ કરવાવાળી

અબ્દુલ કલામ પોતાના સાથીઓની સાથે ભોજન કરતા નજરે પડે છે

પરિયોજનાઓ હતી પરંતુ તેમનો ઉદ્દેશ્ય સ્પષ્ટ હતો કે તેમાંથી કોઈને પણ બેદકારીને કારણે કોઈ પણ પ્રકારનું નુકસાન ન થવું જોઈએ. આ પરિયોજનાઓમાં માત્ર આઈજીએમડીપી (IGMDP) નહીં, બલ્કે હળવાં લડાયક વિમાનો (એલસીએ- LCA) અને પાયલોટ રહિત લક્ષ્ય રહિત વિમાન (પીટીએ -PTA) પરિયોજના પણ સામેલ છે.

કલામના માનવીય સ્વભાવને ત્યારે આપણે નિહાળી શકીએ છીએ જ્યારે તેઓ દેશના નિઃસહાય લોકો માટે કામ કરવા માટે આગળ આવીને ઊભા રહે છે, જે વિશાળ ઇલાજના ચુકવણી વખતે સમસ્યાઓનો સામનો કરે છે. તેમણે ચિકિત્સા ધંધાધારી અને ડીઆરડીઓ (DRDO)ના વૈજ્ઞાનિકો અને એન્જિનિયરોને એ સાથે લાવવાના મુખ્ય ઉદ્દેશ્યની સાથે (એસબીએમટી - SBMT) એટલે કે સૉસાયટી ઑફ બાયોમેડિકલ ટેક્નૉલૉજીની સ્થાપના કરી, જે વિભિન્ન પ્રકારના ઉત્પાદનો પર કામ કરવા માટે સામાન્ય માણસની આવશ્યકતા છે, પરંતુ એ કરી શક્યા નહીં. આયાત કરેલ ઉપકરણોની એક તૃત્યાંશ કિંમતે પ્રમાણભૂત ઉપકરણ ઉપલબ્ધ થઈ ગયા. આ વાત ખૂબ સારી રીતે જાણીતી છે કે આપણા દેશમાં અમેરિકાની સરખામણીમાં હૃદયરોગોના મામલાઓ ખૂબ વધારે પ્રમાણમાં છે પરંતુ આ રોગનો ઇલાજ કરાવી શકતા નહોતા. આ ઉપકરણને ઉપલબ્ધ કરાવવા

માટે હૈદરાબાદના ખૂબ જાણીતા હૃદયરોગ વિશેષજ્ઞ ડૉ. સોમારાજૂએ કલામની સાથે ભેગા થઈને કલામ-રાજૂ નામના ધાતુના સ્ટેન્ટ્સ વિકસિત કર્યા, જેની કિંમત લગભગ ૧૫,૦૦૦ ની હતી જે વિદેશી કિંમત કરતાં વિપરીત જે ૫૦,૦૦૦ રૂપિયાથી માંડીને ૭૫,૦૦૦ રૂપિયાની વચ્ચે હતી.

ડૉ. સોમારાજૂએ કાર્ડિયોવાસ્કુલર ટેક્નૉલૉજી ઇન્સ્ટિટ્યૂટને પણ ઉત્તેજન આપ્યું, જેનો ઉદ્દેશ્ય તેમના કહેવા અનુસાર "આયાતિત ઉપભોગ્ય સામગ્રીઓ માટે કિંમત પ્રભાવિત સ્વદેશી વિકલ્પ વિકસિત કરવો" છે.

અબ્દુલ કલામ ખર્ચ પ્રભાવી ચિકિત્સા સુવિધાઓ પર ચર્ચા કરતા નજરે પડે છે

સોસાયટી ફૉર બાયોમેડિકલ ટેક્નૉલૉજી એસબીએમટી દ્વારા ૧૯૯૪માં એક વ્યાપક તકનીકી-ચિકિત્સા અધ્યયન કરવામાં આવ્યું, જેથી બજારમાં ઉપલબ્ધ વિભિન્ન પ્રકારના સ્ટેન્ટ્સને બેન્ચમાર્ક કરી શકાય, જેને આશરે કહીએ તો ટ્યૂબલર અને કૉઇલ સ્ટેન્સના રૂપમાં વર્ગીકૃત કરવામાં આવેલ હતા. કોઈ પણ પ્રકારના ત્રણ સ્ટેન્ટ્સ પર વિસ્તૃત પ્રયોગાત્મક અને નૈદાનિક અધ્યયન એ આવશ્યક બેન્ચમાર્ક પ્રદાન કર્યું. આને કલામ-રાજૂ સ્ટેન્ટ્સના રૂપમાં પેટન્ટ કરાવવામાં આવેલ સ્વદેશી સ્ટેન્ટના વિકાસનો આધાર બનાવવામાં આવ્યો હતો.

કલામ-રાજૂ સ્ટેન્ટ (કે-આર) સ્ટેન્ટને કારણે ભારતીય બજારમાં આયાતિત કોરોનરી સ્ટેન્ટની કિંમતોમાં પણ ૫૦% કરતાં વધારે ઘટાડો જોવા મળ્યો. આ ઐતહાસિક પ્રયાસ માટે કેયર ફાઉન્ડેશનને ૧૯૯૮માં ડિફેન્સ ટેક્નૉલૉજી સ્પિન-ઑફ ઍવાર્ડ મળ્યો. જ્યારે કલામ-રાજૂ સ્ટેન્ટને આટાલ સામર્થ્ય સાથે લહેરાવવામાં આવેલ હતા, કલામ - રાજૂ ટૅબલેટનો ઉદ્દેશ્ય પ્રાથમિક સ્તરે સ્વાસ્થ્ય સારસંભાળ કર્મચારીઓ જેવા ડૉક્ટરો અને પ્રથમ પ્રતિક્રિયાકર્તાઓને એક 'ઉબડ' ટૅબલેટની

સાથે એક 'બીહડ' ટૅબલેટની સાથે તૈયાર કરવાનો છે જેઓ ગ્રામીણ સ્તરે અનેક ચિકિત્સા પ્રક્રિયાઓને કરવા માટે સક્ષમ છે.

એક બીજા પ્રસંગે સાબિત કરી આપ્યું કે કલામ કેટલા કાળજી ધરાવનાર વ્યક્તિ હતા; એક વ્યસ્ત પરિયોજના દરમિયાન, તેના પર કામ કરનારા ૭૦ વૈજ્ઞાનિકોમાંથી કોઈકે કલામને પૂછ્યું કે શું સાંજે તેઓ પાંચ વાગ્યે જઈ શકે છે? કારણ કે તેઓએ તેમના બાળકોને એક પ્રદર્શનમાં લઈ જવાનો વાયદો કર્યો હતો. ડૉ. કલામે તેમને પરવાનગી આપી દીધી. જો કે તે વૈજ્ઞાનિક પોતાના કાર્યમાં વ્યસ્ત બની ગયા, જ્યારે તેઓને ફુરસદ પ્રાપ્ત થઈ ત્યારે રાત્રિના ૮.૩૦ વાગી ગયા હતા. જ્યારે તેમણે પોતાના માલિકની શોધ કરી ત્યારે તેઓ ત્યાં નહોતા. પોતાના બાળકોને નિરાશ કરવા માટે દોષિત અંતઃકરણથી પીડિત, પોતાના ઘેર પાછા ગયા ત્યારે તેમના બાળકો ઘેર નહોતા, જ્યારે તેમણે પોતાના પત્નીને પૂછ્યું કે તેઓ ક્યાં છે? ત્યારે તેમને ઉત્તર પ્રાપ્ત થયો, "તમને ખબર નથી? તમારા મૅનેજર સાંજના ૫:૧૫ના અહીં આવ્યા હતા અને બાળકોને પ્રદર્શનીમાં લઈ ગયા." જ્યારે ડૉ. કલામે તેમને કઠોર પરિશ્રમ કરતાં નિહાળ્યા, ત્યારે તેમણે વિચાર્યું કે આ વ્યક્તિ કામ નહીં છોડે, પરંતુ તેણે પોતાના બાળકો સાથે વાયદો પણ કર્યો હતો, તો તેમણે પ્રદર્શર્નીનો આનંદ ચોક્કસપણે લેવો જોઈએ. ત્યારે તે માલિકે, મોરચો સંભાળી લીધો અને બાળકોને ત્યાં લઈ ગયા!

અબ્દુલ કલામને બાળકોની સાથે સમય પસાર કરવો ખૂબ જ પસંદ હતો

આ સાથે કલામે પોતાના સંપૂર્ણ સંકલ્પ, પ્રતિબદ્ધતા અને કઠોર પરિશ્રમ સાથે ભારતનો પ્રથમ ઉપગ્રહ પ્રક્ષેપણ યાન (SLV-3) બનાવ્યું અને ભારતના સફળ એકીકૃત નિર્દેશિત મિસાઇલ કાર્યક્રમ (IGMDP)ના જનક બન્યા.

લૉન્ચ માટે તૈયાર એસએલવી-૩

કલામને સુરક્ષા અને અંતરિક્ષ ક્ષેત્રમાં ઊંડો રસ હતો અને એટલે સુધી કે પોતાને ભારતના મિસાઇલ કાર્યક્રમમાં પણ સામેલ કરી લીધા હતા. ભારતીય અંતરિક્ષ સંશોધન સંગઠન ઇસરો - ISROમાં બે દાયકાઓ સુધી કાર્ય કર્યા પશ્ચાત્, કલામએ આઈજીએમડીપી (IGMDP)માં મુખ્ય કાર્યકારી હોવાના નાતે ડીઆરડીઓ (DRDO)માં કેટલાક સ્વદેશી મિસાઇલોનો પણ વિકાસ કર્યો. તેઓ 'અગ્નિ' અને 'પૃથ્વી' મિસાઇલોના વિકાસ અને અનેક સંસ્થાનોના નેટવર્કિંગના માધ્યમથી 'પરવરિશ' ટેક્નૉલૉજીઓ માટે જવાબદાર હતા. મિસાઇલ ટેક્નૉલૉજીમાં કલામના આવા યોગદાનને કારણે, તેઓને 'ભારતના મિસાઇલ મૅન'ની ઉપાધિથી સન્માનિત કરવામાં આવ્યા. કલામે ટૂંકા અંતરથી 'પૃથ્વી', મધ્યમ અને લાંબા અંતરની 'અગ્નિ', 'ત્રિશૂલ' નામની મિસાઇલો, આકાશ અને એન્ટી ટૅન્ક મિસાઇલ 'નાગ' સહિત 'આકાશ' ને લૉન્ચ કરવાનો આપ્યો.

'ત્રિશૂલ'ની લીડ કમોડોર એસ.આર.મોહનને આપવામાં આવી હતી; 'અગ્નિ' માટેની લીડ એમટીઆઈના વિદ્વાન આર. એન. અગ્રવાલને આપવામાં આવી હતી; 'નાગ' માટે આ એન.આર. અય્યરને અને 'આકાશ'ને પ્રહ્લાદને આપવામાં આવેલ હતી. કલામે પોતાની આત્મકથા 'વિન્ગ્સ ઑફ ફાયર'માં

પોતાની ટીમની સરખામણી 'પાંચ પાંડવો'ના રૂપમાં કરેલી છે, જેમનો વિવાહ 'હકારાત્મક વિચારધારાની દ્રૌપદી' સાથે થયેલ હતો. માત્ર તેમની ટીમ જ નહીં, કલામ પોતાના નિયામકો અને પોતાના સહકર્મી જેવા સુંદરમ્, વી.કે. સારસ્વત, પ્રહ્લાદ ઇત્યાદિને ખૂબ કટાક્ષાત્મક રીતે 'મઝાના લોકો' કહ્યા. વિશાળ સાર્વજનિક ફર્મોથી માંડીને નાનકડા ખાનગી ક્ષેત્રના આપૂર્તિ કર્તાઓ સુધી, કલામનું કાર્ય આ ૨૦ સંસ્થાનોને પ્રેરિત કરવાનું તથા તેમનું નિરીક્ષણ કરવાનું હતું.

ઉલ્લેખિત મિસાઈલો ઓછાવત્તા અંશે ચાલી એટલે કે ૧૯૮૫માં 'ત્રિશૂલ', ૧૯૮૮માં 'પૃથ્વી', ૧૯૮૯માં 'અગ્નિ' અને બાકીની ૧૯૯૦માં. આ મિસાઈલોના સફળ યુદ્ધ પરીક્ષણે સંરક્ષણની તૈયારીઓમાં આત્મનિર્ભરતાની સ્વદેશી ક્ષમતાને સ્થાપિત કરી. આ બધાંની વચ્ચે, 'અગ્નિ'નું સફળ પ્રક્ષેપણ ભારત માટે એક અજોડ અને અનોખી ઉપલબ્ધિ હતી, જેણે આને અત્યધિક દેશોના વિશિષ્ટ ક્લબના સદસ્ય બનાવી દીધું. 'અગ્નિ' સિવાય 'ત્રિશૂલ' ત્રણેય સેવાઓને એક સાથે કરવામાં સક્ષમ સાબિત થઈ.

લૉન્ચ માટે તૈયાર 'પૃથ્વી'

જ્યારે કલામને ડીઆરડીઓ (DRDO)ના પ્રમુખના રૂપમાં નિયુકત કરવામાં આવ્યા હતા, ત્યારે મિસાઈલોના મામલામાં કાર્ય માટેની સામગ્રી માત્ર ૩૦ પ્રતિશત ઉપલબ્ધ હતી. પરંતુ કલામે પોતાની ક્ષમતા અનુસાર ભારત સરકારને

૩૦ પ્રતિશત કરતાં અધિકનું લક્ષ્ય હાંસલ કરવાનું આશ્વાસન આપ્યું હતું, જે તેમના અનુસાર ૭૦ પ્રતિશતની આસપાસ હોવું જોઈએ. કેમકે ટેક્નૉલૉજીઓ સીમિત હતી, એ માટે તેને વિકસિત કરવામાં ૧૫ વર્ષ લાગી ગયા અને એ કારણે "કલામે સેવાનિવૃત્ત થવા સુધી, ડીઆરડીઓએ ૫૦ પ્રતિશત સ્વદેશીકરણ પ્રાપ્ત કરી લીધું." આત્રેએ કહ્યું. ૨૦૦૮માં, આઈજીએમડીપી એક ભારે સફળતાના રૂપમાં સમાપ્ત થયું. "'નાગ' અને 'ત્રિશૂલ'એ ભલે કંઈ પણ હાંસલ ન કર્યું હોય, પરંતુ 'અગ્નિ', 'પૃથ્વી' અને 'આકાશ' સફળ રહ્યાં. હકીકતમાં 'અગ્નિ' એક પ્રમુખ નિવારક છે..."

જ્યારે તેઓ ડીઆરડીઓની સાથે એક નિર્માણ પરિયોજના પર કામ કરી રહ્યા હતા, તેમણે ટીમને પૂછ્યું કે તેઓ એક નિશ્ચિત ઈમારતની આસપાસ સુરક્ષા સુનિશ્ચિત કરવા માટે શું કરશે. ટીમ લીડે સૂચન આપ્યું : "દીવાલો પર તૂટેલા કાચને લગાવી શકે છે." ભૂતપૂર્વ રાષ્ટ્રપતિએ એ સૂચનનો અસ્વીકાર કરી દીધો. તેમણે કહ્યું, "આનાથી પક્ષીઓ દીવાલ પર બેસી શકશે નહીં. કંઈ બીજું વિચારો." એક રાજનેતા પક્ષીઓ વિશે પણ એટલા સંવેદનશીલ હતા જેટલા મનુષ્યો વિશે તેઓ વિચારતા હતા.

સરકાર દ્વારા કરવામાં આવેલ પ્રતિબદ્ધતા અનુસાર, ઉન્નત ટેક્નૉલૉજી માટે કાર્ય કરવા માટે એક ભવિષ્ય કેન્દ્ર બનાવવા માટે એક સારી એવી રકમ એકઠી કરવામાં આવી હતી. મિસાઇલ વર્ષોમાં, કલામની પ્રમુખ ઉપલબ્ધિ ડીઆરડીએલની પાસે રિસર્ચ સેન્ટર ઈમારત (RCI)ની સ્થાપના કરવામાં આવી હતી. પર્યાવરણમાં તેમના પ્રત્યે તેમની ઊંડી રસવૃત્તિ એક વાર પુનઃ જોવા મળી હતી જ્યારે તેમણે એક શુષ્ક ક્ષેત્રને આરસીઆઈ (RCI)ને હરિત ક્ષેત્રમાં ઉપસાવ્યું.

ડૉ.કલામને ભારતીય સંરક્ષણ અને વિજ્ઞાન પ્રત્યે તેમના મહાન પ્રયાસો અને સમર્પણ માટે ૨૫ નવેબર, ૧૯૯૭માં, ભારતીય સર્વોચ્ચ સન્માનીય ઉપાધિ 'ભારત રત્ન'થી સન્માનિત કરવામાં આવ્યા હતા. એટલું જ નહીં ઓક્ટોબર ૧૯૯૮માં તેમને ભારતીય એકતા માટે 'ઇંદિરા ગાંધી પુરસ્કાર'થી પણ સન્માનિત કરવામાં આવ્યા હતા.

ડૉ. કલામની બુદ્ધિમત્તાએ એ સમયે ભારતના પ્રથમ પરમાણુ પરીક્ષણને માર્ગ મોકળો કરી આપ્યો, જ્યારે શ્રી અટલ બિહારી બાજયેયીના નેતૃત્વવાળી

અટલ બિહારી વાજપેયીની સાથે ડૉ. કલામ

સરકાર હતી. બાજપેયી ૧૯૯૬માં પરીક્ષણની સાથે જવા માટે અત્યંત આતુર હતા અને તેમણે સરકાર અને અધિકારીઓને પણ આ વિશે સૂચિત કર્યા. પરંતુ રાજકીય અસ્થિરતાને કારણે તેમણે પોતાની યોજના પર પૂર્ણ વિરામ મૂકી દીધું. સૌભાગ્યવશ, બે વર્ષ પછી, તેમને પુનઃ તક પ્રાપ્ત થઈ કારણ કે તેઓ ફરીથી સત્તામાં પરત આવ્યા હતા એ કારણે પોખરણમાં પ્રથમ પરમાણુ પરિક્ષણની સાથે જવા માટે તેમણે લીલીઝંડી ફરકાવી દીધી, જે એક સફળ નોટ પર સમાપ્ત થયું.

સુરક્ષા અનુસંધાન અને વિકાસ સંગઠનના પ્રમુખ કલામ, જેમના માર્ગદર્શનમાં પોખરણ-II પરીક્ષણોમાં પરમાણુ પરીક્ષણ થયું હતું, તેમણે કહ્યું હતું કે, ''પરીક્ષણ દેશના ઈતિહાસમાં એક 'પરિભાષિત ક્ષણ' હતી.'' ૧૫ મે, ૨૦૧૫માં કલામે ટ્વિટ કર્યું હતું કે ''આજે પણ મને પોખરણમાં ૧૯૯૮નો ગરમ દિવસ યાદ છે : ૫૩ ડિગ્રી સેલ્સિયસ. જ્યારે વિશ્વનો અધિકાંશ ભાગ નિદ્રા માણી રહ્યો હતો; ભારતના પરમાણુ યુગનો ઉદય થયો.''

ભાભા પરમાણુ સંશોધન કેન્દ્રએ કલામને એક વટવૃક્ષના એક બૉન્સાઈના એક ક્ષણ સાથે સન્માનિત કર્યા, જેની નીચે એક બુદ્ધની મૂર્તિ હતી. ''બુદ્ધે સ્મિત

કર્યું ", વૈજ્ઞાનિકો દ્વારા ૧૯૭૪માં પરમાણુ પરીક્ષણ સફળ થયાની ઘોષણા કરવા માટે ઉપયોગમાં લેવામાં આવેલ કોડ હતો.

સંરક્ષણ ટેક્નૉલૉજીઓમાં ભારતના સંશોધનની પાછળ પ્રેરક શક્તિના રૂપમાં ઓળખાતા, ભૂતપૂર્વ રાષ્ટ્રપતિ, ડૉ. એ.પી.જે.અબ્દુલ કલામના ભારતના ઉપગ્રહ કાર્યક્રમો, નિર્દેશિત મિસાઇલ પરિયોજનામાં યોગદાનમાં તેઓએ પોતાના દેશની સાથે એ દેશામાં પણ પોતાનું નામ કમાયા, જેઓની સાથે તેઓએ કામ કર્યું હતું.

કલામે ભારતના પ્રથમ સ્વદેશી સૅટલાઇટ લૉન્ચ વ્હિકલ-એસએલવી-૩ (SLV -3)ને વિકસિત કરવા માટે પરિયોજના નિયામકના રૂપમાં મહત્ત્વપૂર્ણ યોગદાન આપ્યું, જેણે જુલાઈ ૧૯૮૦માં રોહિણી ઉપગ્રહને પૃથ્વીની કક્ષામાં સફળતાપૂર્વક તરતો મૂક્યો અને ભારતને અંતરિક્ષ સંશોધન સંગઠન ક્લબનું સદસ્ય બનાવી દીધું. કલામ ભારતીય અંતરિક્ષ સંશોધન સંગઠનના પ્રક્ષેપણ યાન - પોલાર સૅટલાઇટ લૉન્ચ વ્હિકલ (PSLV) વિન્યાસના વિકાસની પાછળ પણ હતા. ઈસરોમાં બે દાયકાઓ સુધી કામ કરવા અને લૉન્ચ વાહન ટેક્નૉલૉજીમાં કુશળતા હાંસલ કર્યા પછી, તેમણે એકીકૃત નિર્દેશિત મિસાઇલ વિકાસ કાર્યક્રમ - ઇન્ટીગ્રેટેડ ગાઈડેડ મિસાઇલ ડેવલપમેન્ટ પ્રોગ્રામ (IGMDP)ના મુખ્ય કાર્યકારીના રૂપમાં સંરક્ષણ અનુસંધાન અને વિકાસ સંગઠનમાં સ્વદેશી નિર્દેશિત મિસાઇલો - (ઇન્ડિજેનસ ગાઈડેડ મિસાઇલ્સ ડિફેન્સ રિસર્ચ એન્ડ ડેવલપમેન્ટ ઑર્ગેનાઇઝેશન) (IGMDP)ને વિકસિત કરવાની જવાબદારી ઊપાડી લીધી.

કલામ નુકસાન અને નિષ્ફળતાઓ માટે એકમાત્ર દોષ લેતા હતા, પરંતુ તેમણે પોતાની ટીમને સઘળો શ્રેય આપ્યો, જ્યારે તેઓએ તેમના નેતૃત્વમાં કંઈ પણ હાંસલ કર્યું હોય. આવા હતા 'મિસાઇલ મૅન'ના ગુણો.

તેમણે અનેક વિકાસ કાર્યક્રમો અને હળવા લડાયક વિમાન જેવા મિશન પરિયોજનાઓને આગળ વધારવા સંરક્ષણ પ્રણાલીઓમાં આત્મનિર્ભરતાના માર્ગ પ્રશસ્ત કર્યા. કલામ એક એવા પ્રમુખ વ્યક્તિત્વના માલિક હતા જેમણે ઈસરોને ચંદ્રમા અને મંગળ પર પોતાના મિશનને આગળ વધારવા માટે પ્રેરિત કર્યા.

કલામની દૃષ્ટિ માત્ર ભારતના સંરક્ષણ કેન્દ્ર વિશે જ નહીં બલકે દેશમાં રહેનારા લોકોના સામાન્ય જીવન પ્રત્યે પણ એકદમ સ્પષ્ટ હતી. પુરાની પોતાની માન્યતાના માધ્યમથી ગ્રામીણ-શહેરી વિભાજનને ઓછું કરવા માટે તેમના અનેક

વિચાર : " ગ્રામીણ ક્ષેત્રોમાં શહેરી સુવિધાઓ પ્રદાન કરવી - ગામડાંઓને સશક્ત બનાવવા માટે અને ભારતની ઊર્જાના ઉપયોગ માટે સૌર ઊર્જાના ઉપયોગમાં વૃદ્ધિ કરવા માટે પણ."

"મારું માનવું છે કે કનેક્ટિવિટી ગ્રામીણ-શહેરી વિભાજનને ઓછું કરવા માટેની ચાવી છે. ગામની મૂળ ક્ષમતા રાષ્ટ્રીય અને આંતરરાષ્ટ્રીય બજારો માટે પ્રતિસ્પર્ધી ઉત્પાદનોના ઉત્પાદનને સક્ષમ બનાવશે. આનાથી ગ્રામીણ ઉદ્યમોને ઉત્તેજન પ્રાપ્ત થશે જે ગામડાંઓમાં રોજગારને ઉત્પન્ન કરશે અને ભારતના આ રીતે ગ્રામીણ પરિવેશમાં સમૃદ્ધિનો ઉદય થશે." કલામે ૨૦૦૮માં વ્હાર્ટનમાં આપેલ સાક્ષાત્કારમાં આ વાત કહી હતી.

૧૯૯૮માં, કલામના મસ્તિષ્કમાં એક સ્પષ્ટ નકશો ચિત્રિત હતો, જે આગામી વર્ષોમાં અલ્પ વિકસિત ભારતને એક વિકસિત સમાજમાં પરિવર્તિત કરવા માટે હતો.

એક ઈન્ટરવ્યૂમાં ડૉ. કલામ

૧૮ જૂન, ૨૦૦૨માં ડૉ.એ.પી.જે.અબ્દુલ કલામને ભારતના રાષ્ટ્રપતિના પદ માટે નામાંકિત કરવામાં આવ્યા હતા. ૧૮ જુલાઈના રોજ મતગણના થઈ જેમાં કલામને એકતરફી પ્રતિસ્પર્ધામાં વિજેતા ઘોષિત કરવામાં આવ્યા. તેમને ભારતના બન્ને પ્રમુખ રાજનૈતિક પક્ષો એટલે કે ભારતીય જનતા પક્ષ તથા કોંગ્રસ પક્ષનું સમર્થન પ્રાપ્ત હતું. અબ્દુલ કલામ ડૉ. ઝાકિર હુસૈન અને અને ડૉ સર્વપલ્લી રાધાકૃષ્ણન પછી ત્રીજા દક્ષિણના રાષ્ટ્રપતિ હતા અને આ પદ ઉપર સર્વ પ્રથમ ચૂંટવામાં આવેલ વૈજ્ઞાનિક હતા.

ડૉ. એ.પી.જે.અબ્દુલ કલામના રાષ્ટ્રપતિ ચૂંટાયા પછી, તેમણે ત્રિવેન્દ્રમ્‌માં કેરલ રાજભવનમાં એક કાર્યક્રમમાં ભાગ લીધો હતો. જેમાં તેઓ નિહિત શક્તિ

ની સાથે, તેઓ કોઈ બે વ્યક્તિતે આમંત્રિત કરી શકતા હતા. આપ વિચારો, તેમણે કોને આમંત્રિત કર્યા હશે? સડકના કિનારે બેસનાર મોચી તથા એક અત્યંત

અબ્દુલ કલામ ભારતના ૧૧મા રાષ્ટ્રપતિના રૂપમાં

નાનકડી હોટેલના માલિકને. ડૉ. એ.પી.જે.અબ્દુલ કલામ એક વૈજ્ઞાનિકના રૂપમાં ત્રિવેન્દ્રમ્ માં અત્યંત મહત્ત્વપૂર્ણ સમય પસાર કર્યો હતો. તેમણે મોચી અને હોટેલના માલિકને આમંત્રિત કર્યા, તેઓ બન્ને તેમના એ સમયગાળા દરમિયાન તેઓના અંતરંગ સાથીદારો હતા.

કલામે કહ્યું કે એક નેતા પાસે, વિશેષરૂપે ભારતના રાષ્ટ્રપતિની પાસે તેના સ્વયંમાં પાંચ મહત્ત્વપૂર્ણ લક્ષણો હોવાં જોઈએ :

- *"નેતાની પાસે દૂરગામી દષ્ટિ હોવી જોઈએ. દૂરંદેશી દષ્ટિ વગર તમે લીડર બની શકતા નથી.*
- *બીજું, નેતાને એક બેરોજગાર માર્ગ પર યાત્રા કરવા માટે સમર્થ હોવા જોઈએ. સામાન્ય રીતે લોકોની પ્રવૃત્તિ સારી રીતે નિર્ધારિત પદ્ધતિથી યાત્રા કરવાની હોય છે.*
- *ત્રીજું, નેતાને એ ખબર હોવી જોઈએ કે સફળતાનું પ્રબંધન કેવી રીતે કરી શકાય છે, અને એ કરતાં પણ મહત્ત્વપૂર્ણ વાત એ છે કે નિષ્ફળતા.*
- *ચોથી વિશેષતા એ છે કે નેતામાં નિર્ણય લેવાનું સાહસ હોવું જોઈએ.*
- *પાંચમું, નેતાની પાસે પ્રબંધનમાં વડીલપણું હોવું જોઈએ. નેતાનું પ્રત્યેક કાર્ય પારદર્શક હોવું જોઈએ. અને અંતમાં, નેતાએ પ્રમાણિકતા સાથે સફળ બનવું જોઈએ."*

ડૉ. એ.પી.જે.અબ્દુલ કલામ એક દીર્ઘદૃષ્ટા વ્યક્તિ હતા અને ભારતના રાષ્ટ્રપતિના રૂપમાં તેમના કાર્યકાળ દરમિયાન દેશના વિકાસ માટે અનેક ગણી ઉપલબ્ધિઓ અને યોગદાન રહ્યા છે. રાષ્ટ્રપતિ ડૉ. એ.પી.જે.અબ્દુલ કલામે ઘોષણા કરી કે જ્યારે શાંતિ માટે જોખમ ઊભું થશે ત્યારે ભારત પરમાણુ હથિયારનો ઉપયોગ કરવામાં પાછળ રહેશે નહીં. તેમણે બ્રેન ડ્રેનના મુદ્દા પર ધ્યાન કેન્દ્રિત કર્યું અને ભારતીય કંપનીઓને બહુરાષ્ટ્રીય બનાવવા પર ભાર મુક્યો. માત્ર પરમાણુ અને એરોસ્પેસ એન્જિનિયરિંગમાં, ડૉ. એ.પી.જે.અબ્દુલ કલામે વિજ્ઞાન અને ટેક્નૉલૉજીના અન્ય ક્ષેત્રોમાં પણ રસ દાખવ્યો અને જૈવ-પ્રત્યારોપણના સંશોધન અને વિકાસનો પ્રસ્તાવ મૂક્યો.

સરકાર ભારતની સાથે રાષ્ટ્રપતિની સાથે સાથે પ્રત્યેક ભૂતપૂર્વ રાષ્ટ્રપતિઓની કાળજી રાખે છે. આ જાણવા છતાં, ડૉ. એ.પી.જે.અબ્દુલ કલામે રાષ્ટ્રપતિ તરીકેના પોતાના કાર્યકાળ દરમિયાન પોતાની સઘળી સંપત્તિ અને જીવન બચતને એક એવા કોશમાં આપવાનો નિર્ણય કર્યો જે ગ્રામીણ વસતીને શહેરી સગવડો પ્રદાન કરવાની દિશામાં કાર્ય કરે છે. દેખીતી રીતે, ડૉ. એ.પી.જે.અબ્દુલ કલામે અમૂલના સંસ્થાપક ડૉ. વર્ગીસ કુરિયનને ફોન કર્યો અને પૂછ્યું : હવે જ્યારે હું ભારતનો રાષ્ટ્રપતિ બની ગયો છું, તો સરકાર મારા જીવિત રહેવા સુધી મારી સંભાળ લેવા જઈ રહી છે : તો હું મારા વેતન અને બચત સાથે શું કરી શકું છું?

૨૦૦૭માં, એક પ્રસંગ બન્યો, જ્યારે એક કૅસેટ ટેપ રેકૉર્ડરમાં ફસાઈ ગઈ અને રાષ્ટ્રપતિએ ભાર દઈને કહ્યું કે આની મરામત થઈ જવી જોઈએ, “એટલે સુધી કે જ્યારે અમે તેમને સમજાવ્યું કે હવે આ અપ્રચલિત હતું અને હવે તેઓ નવીનતમ આઈપૉડ કે એમપી ૩ પ્લેયરનો ઉપયોગ કરી શકતા હતા, તેમને મનાઈ ફરમાવી દીધી. અમને તે રેકૉર્ડરને રિપેર કરાવવા માટે કરોલ બાગમાં એક નાનકડી દુકાન મળી.” તેમના એક સહાયકે આ જણાવ્યું.

તેમના પરિવાર ક્યારેય પણ તેમના વિશેષાધિકારનો હિસ્સો રહ્યો નથી.તેમનો પરિવાર માત્ર એક વાર દિલ્લી આવ્યો હતો. તેઓએ મદુરાઈથી સ્લીપર ક્લાસના કૉચમાં યાત્રા કરી અને રેલવે સ્ટેશનથી એક સરકારી બસ દ્વારા તેમને લઈ જવામાં આવ્યા. ત્રણ દિવસની યાત્રા પશ્ચાત્ પરિવાર ચાલ્યો ગયો. રાષ્ટ્રપતિ સચિવાલયને એ બાબતથી આંચકો લાગ્યો કે જ્યારે શ્રી કલામ દ્વારા મુખ્ય હિસાબી અધિકારીને પોતાના પરિવારના રાષ્ટ્રપતિ ભવનની મુલાકાતનું બિલ તૈયાર કરવા અને તેનું ચુકવણું કરવા માટે કહેવામાં આવ્યું.

"રાષ્ટ્રપતિ અનેક વિશેષાધિકારોના હકદાર છે. પરંતુ તેમણે ભાગ્યે જ કોઈનો લાભ કે આંનદ લીધો... જ્યારે તેમનો રાષ્ટ્રપતિ તરીકેનો કાર્યકાળ સમાપ્ત થયો, ત્યારે શ્રી કલામ પોતાની બે સૂટકેસ સાથે બહાર ચાલ્યા ગયા. તેમની સંપત્તિ લોકોની સદ્ભાવના અને થોડાં પુસ્તકો અને બીજું કંઈ જ નહીં." તેમના એક સહાયકે આ પ્રમાણે કહ્યું.

તેઓ દરિદ્રતામાં મૃત્યુ પામ્યા નહોતા, ન તેઓ ક્યારેય વિલાસપૂર્ણ જીવન જીવ્યા. તેઓ પોતાના પુસ્તકો તથા પેન્શનમાંથી પ્રાપ્ત રૉયલ્ટી પર જીવિત રહ્યા. તેમના જીવનભરની બચતની ચોક્કસ રકમ કોઈને ખબર નથી. "આ અંગે ઘર પર લખવા માટે કંઈ પણ વધારે નહોતું." તેમના સચિવે કહ્યું. તેમના પદ ને છોડ્યા પછી, સરકારે તેમને રાજાજી માર્ગ પર એક બંગલો ફાળવી આપ્યો હતો. તેઓ કોઈ પણ વ્યક્તિગત ઉપહાર પ્રાપ્ત ન કરવા બાબત માટે અત્યંત ચુસ્ત હતા અને તેઓ એ પણ સુનિશ્ચિત કરતા કે પ્રત્યેક વ્યક્તિગત ઉપહારને ક્રમબદ્ધ કરવામાં આવે અને સરકારી ભંડારમાં જમા કરી દેવામાં આવે.

"તેઓ ક્યારેય પણ ઉપહાર સ્વીકાર કરતા નહોતા, એક પુસ્તક સિવાય, અને જ્યારે પણ કોઈ તેમના માટે એક પૅક ઉપહાર લાવતા હતા અને તેને એક પુસ્તકના રૂપમાં ખપાવવાનો પ્રયાસ કરતા હતા, ત્યારે અંદર શું છે તેની ચકાસણી કરવા માટે તેઓ ભાર મૂકતા હતા. પુસ્તક સિવાય જે પણ હોય તે નમ્રતાપૂર્વક પરત આપી દેવામાં આવતું હતું." તેમના ભૂતપૂર્વ મીડિયા સલાહકારે કહ્યું હતું.

કલામનો ટેક્નૉલૉજી પ્રત્યેનો પ્રેમ જગવિખ્યાત છે અને તેમણે મુખ્ય રૂપે રેડિયોના માધ્યમ દ્વારા નવીનતમ ઘટનાઓથી સ્વયંને માહિતગાર રાખ્યા. તેમના રહેઠાણના સરકારી આવાસમાં ટેલીવિઝન સેટ નહોતો. તેમને રેડિયાના માધ્યમથી કે સમચાર પત્રો દ્વારા સમાચાર પ્રાપ્ત થતા હતા. તેમના રાજાજી માર્ગ સ્થિત આવાસમાં એક માત્ર ટેલીવિઝન સેટ તેમના કર્મચારીઓ દ્વારા ઉપયોગમાં લેવામાં આવતો હતો. તેમની પાસે ટેલીવિઝન પણ નહોતું, તેમને સવારે ૬:૩૦ કે ૭:૦૦ વાગ્યે ઊઠવાની ટેવ હતી અને ૨:૦૦ વાગ્યે સૂવાની ટેવ હતી. કલામે પોતાના ટ્વિટર એકાઉન્ટ પર એક માત્ર ક્રિકેટર વી.વી.એસ. લક્ષ્મણને ફૉલો કર્યા હતા. કલામે આ સોશિયલ મીડિયા પર માત્ર કુલ ૩૮ લોકોને ફૉલો કર્યા.

પોતાની કારકિર્દીની સાથે સાથે તેઓ પોતાના સંપૂર્ણ હૃદયથી પોતાના પરિવારના સદસ્યો અને તેમની ચિંતાઓ પ્રત્યે સમર્પિત રહ્યા. કલામ પોતાના મોટા ભાઈ એ.પી.જે. મરકિયાનું ખૂબ જ સન્માન કરતા હતા અને આગલા વર્ષ માટે પોતાના ભાઈના ૧૦૦ જન્મ દિવસને ઉજવવાની યોજનાથી ભરપૂર હતા. કલામને અત્યંત આનંદ થયો જ્યારે તેમણે પોતાના પિતૃઓના ઘરમાં સોલાર પૅનલ

ડૉ. કલામને વાંચનમાં સમય પસાર કરવો ખૂબ જ પસંદ હતું

લગાવીને ૨૪ કલાક વીજળીની આપૂર્તિ કરવામાં સહાયતા કરી. ડૉ. કલામ હંમેશાં પોતાના ભાઈને કોઈ મહત્ત્વપૂર્ણ વ્યાખ્યાન અસાઇન્મેન્ટમાંથી જવા કે પાછા ફરવા પહેલાં બોલાવતા હતા. તેમની કેટલીક અંગત મિલ્કતમાં તેમના પુસ્તકો, તેમની વીણા, વસ્ત્રોના કેટલાક લેખ, એક સીડી પ્લેયર અને એક લૅપટૉપ સામેલ હતા; તેમના મૃત્યુ પર તેમણે કોઈ પણ વસિયત કરેલ નહોતી, અને તેમની સંપત્તિ તેમના સૌથી મોટાભાઈ પાસે ચાલી ગઈ, જેમની સાથે તેઓ રહેતા હતા.

કલામે રાષ્ટ્રપતિ પદ પ્રાપ્ત કર્યા પછી પણ પોતાના વિનમ્ર તથા કાળજી રાખનાર સ્વભાવને જાળવી રાખ્યો હતો. એવો જ એક પ્રસંગ વહેંચીએ તો...૨૦૦૩ની એકદમ શીતળ રાત્રિ હતી જ્યારે રાષ્ટ્રપતિ ડૉ. એ. પી. જે. અબ્દુલ કલામ રાષ્ટ્રપતિ ભવનમાં પ્રવેશ કરી રહ્યા હતા. રાષ્ટ્રપતિ અચાનક પોતાની કારમાંથી બહાર નીકળી આવ્યા અને તેમણે પોતાના સુરક્ષા કર્મચારીઓ માટે થોડી તણાવપૂર્ણ ક્ષણોને ઉત્પન્ન કરી દીધી.

શ્રી કલામે ગેટ પર ભારત-તિબેટ સીમા પોલીસના ગાર્ડો સાથે મુલાકાત કરી અને વિચાર્યું કે તેઓને આ કડકડતી ઠંડીનો કેવી રીતે સામનો કરી શકે. તેમણે સુરક્ષા કેબિનો માટે હીટર અને ગાર્ડો માટે પર્યાપ્ત ગરમ વસ્ત્રો મંગાવ્યા. તેમના નજીકના એક સહયોગી અને વરિષ્ઠ વૈજ્ઞાનિક વી. પોનરાજનું કહેવું છે કે આ એ અનેક ઉદાહરણોમાંનું એક હતું, જે રાષ્ટ્રપતિ ડૉ. એ.પી.જે.અબ્દુલ કલામના માનવીય મુખનું દર્શન કરાવે છે, પરંતુ ક્યારેય તેને પ્રચારિત કર્યું નહીં.

૨૦૦૬માં, જ્યારે શ્રી કલામે પલાયમકોટ્ટઈમાં સેન્ટ ઝેવિયર્સ કૉલેજના વિદ્યાર્થીઓને સંબોધિત કર્યા અને કુંડલકુલમ પરમાણુ ઊર્જા સંયંત્રની મુલાકાત લીધી અને મદુરાઈના સર્કિટ હાઉસમાં લોકોને મળ્યા, ત્યારે રાષ્ટ્રપતિ સુરક્ષા ભંગ કરવાની અનેક ઘટનાઓ ઘટી. આના કારણે કેટલાએક પોલીસ કર્મચારીઓ

અબ્દુલ કલામ પોતાના મોટાભાઈ અને પરિવારની સાથે

પર સંદેહ થયો. દિલ્લી પરત કર્યા પછી, શ્રી કલામે તમિલનાડુના મુખ્ય સચિવને કાર્યવાહી છોડવા અને સંદેહને દૂર કરવાના નિર્દેશો આપ્યા.

" સાદાઈ તેમનો જન્મજાત ગુણ હતો,જેનો તેમણે જીવનના અંતિમ શ્વાસ સુધી જાળવી રાખ્યો. જ્યારે તેઓ રાષ્ટ્રપતિ હતા, ત્યારે ભવ્ય રાષ્ટ્રપતિ ભવનમાં સંધ્યા પશ્ચાત્ ભાગ્યે જ એક કે બે ઓરડાઓમાં લાઇટો ચાલુ રહેતી જેમાંથી એક તેમનો શયનકક્ષ હશે. એક લાંબા દિવસ પછી એક જૂના ટૂ-ઇન-વન ટેપ રેકૉર્ડર પર તેઓ પોતાના મનપંસદ સંગીત સાંભળવામાં વિતાવતા હતા. "

ડૉ. એ.પી.જે.અબ્દુલ કલામ, જે પ્રમાણે અગાઉ જણાવવામાં આવ્યું, એક દીર્ઘદ્રષ્ટા વ્યક્તિ હતા અને તેમણે માત્ર રાષ્ટ્રપતિ બન્યા પહેલાં જ નહીં, બલકે રાષ્ટ્રપતિ બન્યા પછી પણ રાષ્ટ્ર માટે પોતાનું સર્વશ્રેષ્ઠ યોગદાન આપ્યું. તેઓ પ્રત્યેક બાબતોમાં અત્યંત પ્રેરિત હતા, પરંતુ વિશેષરૂપે જ્યારે શિક્ષણની વાત આવે, ત્યારે સંસ્થાનોની પોતાની યાત્રાઓ દરમિયાન તેમણે વિદ્યાર્થીઓને માત્ર પોતાના જ નહીં બલકે રાષ્ટ્રના ઉજ્જવળ ભવિષ્ય માટે પણ સફળ બનવા જિજ્ઞાસા, વિચારધારા, કઠોર પરિશ્રમ અને દઢતા વિકસિત કરવા માટે જણાવ્યું. એટલે સુધી પોતાના પાંચ વર્ષના કાર્યકાળ દરમિયાન તેમણે સ્વયં વિભિન્ન શિક્ષણ

સંસ્થાનોની મુલાકાત લીધી અને સમગ્ર ભારતમાં તેના સુચારુ સંચાલન ઉપર પોતાનું ધ્યાન કેન્દ્રિત કર્યું.

કલામે ૧૯૯૯માં વૈજ્ઞાનિક સલાહકારના હોદ્દા પરથી રાજીનામું આપ્યા પછીના બે વર્ષ દરમિયાન ૧,૦૦,૦૦૦ વિદ્યાર્થીઓ સાથે વાતચીત કરવાનું લક્ષ્ય નક્કી કર્યું.

તેમણે સમજાવ્યું, *"હું યુવાન લોકો, વિશેષરૂપે હાઈસ્કૂલના વિદ્યાર્થીઓની સંગતમાં સહજતા અનુભવું છું. હવેથી, હું તેઓની સાથે અનુભવને વહેંચવા ઈચ્છું છું, તેમની કલ્પનાને પ્રજ્વલિત કરવામાં સહાયતા કરવા તથા તેઓને એક વિકસિત ભારત માટે કામ કરવા માટે તૈયાર કરવાનો રોડડમૅપ પહેલેથી જ ઉપલબ્ધ છે."*

એક વિદ્યાર્થી અને ડૉ. એ.પી.જે.અબ્દુલ કલામની વચ્ચે વાતચીતના રસપ્રદ પ્રસંગો છે, જે વાઈરલ થઈ ગયા અને અનેક અન્ય વિદ્યાર્થીઓ માટે પ્રેરણાસ્રોત બની ગયા. જે આ પ્રમાણે છે :

અબ્દુલ કલામ યુવા વિદ્યાર્થીઓને પ્રોત્સાહિત અને પ્રેરિત કરતા નજરે પડે છે

વિદ્યાર્થીઓ પ્રશ્ન : "આપ હંમેશાં સ્વપ્ના જોવાનો સંદેશ આપો છો. મને બતાવો શા માટે જોવા સ્વપ્નો?"

ડૉ. કલામ : "સ્વપ્ન, સ્વપ્ન, સ્વપ્ન. સ્વપ્ન વિચારોમાં પરિવર્તિત થઈ જાય છે. વિચારોથી પરિણામ આવે છે."

એક અન્ય છોકરાએ પૂછેલ પ્રશ્ન : "કૃપા કરીને મને જણાવો, દુનિયાનો પ્રથમ વૈજ્ઞાનિક કોણ હશે?"

ડૉ. કલામઃ "વિજ્ઞાનનો પાયો પ્રશ્ન કરી રહ્યો છે. બાળકો અનંત પ્રશ્નોના સ્રોત છે. એ માટે બાળક સૌ પ્રથમ વૈજ્ઞાનિક છે."

આસામના તેજપુરની મુલાકાત દરમિયાન એક વિદ્યાર્થીએ તેમને એક રસપ્રદ પ્રશ્ન પૂછી લીધો, "શું બ્રહ્મપુત્રા નદીનું પાણી, જે મોટે ભાગના સમયે પૂરને

કારણે છલકાતું રહે છે, રાજસ્થાન કે તામિલનાડુ તરફ શા માટે ન વાળી શકાય, જેઓ પાણી માટે તરસ્યા છે?"

ડૉ. કલામે ઉત્તર આપ્યો, "ઇન્ડિયા વિઝન ૨૦૨૦ યુવાનોની માંગ કરે છે કે તેઓ રાજ્યોમાંથી નીકળતી નદીઓને જોડવાનું એક મહાન મિશનનો આરંભ કરે."

પ્રશ્ન : "સર, શું આપની અગ્નિ મિસાઈલો સમુદ્ર પાર કરીને અમેરિકા સુધી પહોંચશે?"

ડૉ. કલામ : "આપણા માટે કોઈ દેશ આપણો શત્રુ નથી જેથી ત્યાં મિસાઈલો મોકલીએ. વિશેષ રૂપે અમેરિકા તો આપણું મિત્ર છે. અગ્નિ આપણી શક્તિનું પ્રતીક છે. એ દર્શાવે છે કે ભારતની પાસે ક્ષમતાઓ છે. "

પ્રશ્ન : "સર, અમને બતાવો કે આપના મનપસંદ પુસ્તકો છે જેને આપે પસંદ કરી અને જેમણે આપના મસ્તિષ્કને ઓપ આપ્યો?"

ડૉ. કલામ : "મારા જીવનમાં ચાર પુસ્તકો મારા હૃદયની તદ્દન નજીક રહેલા છે. મને તેને વાંચવું સારું લાગે છે. પ્રથમ છે 'મૅન ધી અનનોન' - બાય એલેક્સિસ કેરલ, જે એક ડૉકટરમાંથી દાર્શનિક બનેલા નોબેલ પુરસ્કાર વિજેતા હતા. આ પુસ્તક એક વાત પર પ્રકાશ પાડે છે કે કેવી રીતે મન અને શરીર બન્નેનો એક બીમારીમાં ઇલાજ કરવામાં આવવો જોઈએ કારણ કે બન્ને એકીકૃત છે. બીજું પુસ્તક છે તિરુવલ્લુરનું 'થિરુક્કુરલ', જે જીવનનો એક ઉત્કૃષ્ટ કોડ પ્રદાન કરે છે. ત્રીજું પુસ્તક છે, લિલિયન આઇક્લર દ્વારા લખાયેલ 'લાઇટ ફ્રૉમ લેમ્પ્સ' છે. જે એ જણાવે છે કે આપણે કેવી રીતે જીવીએ છીએ અને મારા માટે એક અમૂલ્ય માર્ગદર્શક રહેલ છે. ચોથું છે *'પવિત્ર કુરાન'* જે એક નિરંતર સાથી છે. "

એક અન્ય સભાને સંબોધિત કરતી વખતે, એક ચબરાક છોકરાએ તેઓને પૂછ્યું, "આપણો શત્રુ કોણ છે?"

દર્શકો દ્વારા આપવામાં આવેલો ઉત્તર, "ગરીબી" હતો.

અંતિમ પ્રશ્ન છે, "મને એ જણાવ સર, શું પાકિસ્તાની હથિયાર ભારતીય હથિયારો કરતાં વધારે મજબૂત છે?"

ડૉ. અબ્દુલ કલામ આનો ઉત્તર આપતાં કહે છે, "આ આપણા દેશની એક અજોડ વિશિષ્ટતા છે - આપણી ક્ષમતાઓને ઓછી આંકવી. આ આનુવંશિક

પણ હોઈ શકે છે ! " "ભારત કોઈ પણ પ્રકારની મિસાઈલ અને કોઈ પણ પ્રકારના પરમાણુ હથિયારોનો વિકાસ અને ઉત્પાદન કરી શકે છે. દુનિયાના માત્ર ચાર જ દેશો પાસે જ આ ક્ષમતા છે. "

રાષ્ટ્રપતિના રૂપમાં, હંમેશાં ડૉ. અબ્દુલ કલામ કાર્યાલયને દેશના પ્રથમ નાગરિકની સાથે બેઠક માટે યુવાનો પાસેથી અનુરોધ પ્રાપ્ત થતો હતો. ડૉ. અબ્દુલ કલામ માત્ર રાષ્ટ્રપતિ ભવનમાં પોતાના અંગત ખંડમાં બાળકોને મળતા હતા એટલું જ નહીં તેઓ પોતાનો બહુમૂલ્ય સમય તથા તેમના વિચારોને સાંભળીને તેમને તેની પ્રતિક્રિયા પણ આપતા હતા. અનેક પ્રસંગો પર, રાષ્ટ્રપતિ એવા બાળકોને તેમના દ્વારા ચર્ચા કરવામાં આવેલા વિચારોની સ્થિતિ વિશે પણ પૂછતા હતા !

"આવો, આપણે આજે આપણી આજનું બલિદાન આપીએ, જેથી આપણાં બાળકોની આવતીકાલ બહેતર થઈ શકે."

- ડૉ. એ.પી.જે.અબ્દુલ કલામ

ભારતને આગામી એક વિશાળ વસ્તુ બનાવવા માટે ભ્રષ્ટાચારની સામે લડવા માટે, ડૉ. એ.પી.જે. અબ્દુલ કલામની પહેલે લગભગ પ્રત્યેક યુવાનોને દરેક ડગલે સામેલ કર્યા. તેઓએ પ્રેરક વાર્તાઓને વહેંચવા માટે ફેસબુક પેજ લૉન્ચ કર્યું અને બાળકોને સમાજ પાસેથી લેવાને સ્થાને આપવામાં મદદ કરવા માટે

અબ્દુલ કલામ હાઈસ્કૂલના વિદ્યાર્થીઓની સાથે વિશેષ વાતચીત કરતા નજરે પડે છે

એક બીજી વધારે પહેલ કરી. તેઓ એ કાર્યક્રમ માટે પ્રેરણા હતા જે વિજ્ઞાનના અધ્યયનને અત્યંત રસપ્રદ બનાવે છે.

તેઓ એટલા વિનમ્ર વ્યક્તિ હતા કે જ્યારે ૨૦૧૩માં સાન ડિએગો, કૅલિફૉર્નિયામાં આંતરરાષ્ટ્રીય અંતરિક્ષ વિકાસ સંમેલન [International Space Development Conference] (ISDC) દરમિયાન કેટલાક ભારતીય વિદ્યાર્થીઓ તેમને મળવા માટે આવ્યા હતા, ત્યારે તેમને હૅલો કહેવા માટે તેઓ તેમના ડાઈનિંગ ટેબલ પર ગયા. રાત્રિનું ખાણું લઈ રહેલા રાષ્ટ્રપતિએ એક વિદ્યાર્થીને પોતાની થાળીમાંથી ખાવા માટે કહ્યું. અત્યંત આશ્ચર્ય થયું, જ્યારે તેઓએ આગ્રહ કર્યો ત્યારે તેણે સલાડમાંથી એક પાલખનું પાંદડું લીધું. "તેમના દિવસ સુધી હું તેને પ્રેરણાનું એક પાંદડુ માનું છું અને સૌથી ઉત્તમ રાત્રિભોજ જેની કલ્પના પણ કરી શકતો નહોતો."

ડૉ. અબ્દુલ કલામ આગામી રાષ્ટ્રપતિ હશે એવી જાહેરાત પશ્ચાત્ તરત જ, તેઓએ ભાષણ આપવા માટે એક સાધારણ સ્કૂલની મુલાકાત લીધી. આશરે ૪૦ વિદ્યાર્થીઓ સાથે વાતચીત કરતાં, ડૉ. અબ્દુલ કલામએ સુનિશ્ચિત કર્યું કે વીજળીકાપને કારણે કોઈ અડચણ ઊભી ન થાય. તેઓ તે ભીડની વચ્ચે ચાલ્યા ગયા અને વિદ્યાર્થીઓને પોતાને ઘેરી લેવા માટે જણાવ્યું. ત્યાર બાદ તેમણે પોતાના સરળ અવાજમાં તેઓની સાથે વાતચીત કરી અને હંમેશની માફક તેઓએ એક પ્રેરણાદાયક મુખ્ય ભાષણ આપ્યું.

રાષ્ટ્રપતિ કલામ પોતાના હાથે લખેલા 'થૅન્ક યૂ' કાર્ડ માટે પણ જાણીતા હતા. સૌથી વિનમ્ર અને ઉદાર વ્યક્તિ હોવાને કારણે, રાષ્ટ્રપતિ ડૉ. અબ્દુલ કલામ પોતાના સ્વયંના ધન્યવાદ કાર્ડ પર હસ્તાક્ષર કરવા માટે પણ જાણીતા હતા. એક ઉદાહરણ છે, જ્યારે ક્વોરા (Quora)ના ઉપયોગકર્તા શ્રી નમન નારાયણે ડૉ. અબ્દુલ કલામનો એક સ્કેચ બનાવ્યો અને તેને રાષ્ટ્રપતિને મોકલ્યો. તેમના આશ્ચર્ય વચ્ચે, રાષ્ટ્રપતિએ તેમને એક 'ધન્યવાદ' કાર્ડ મોકલ્યું, જેમાં એક નાનકડો હસ્તલિખિત સંદેશ હતો અને તેમના હસ્તાક્ષરની સાથે વ્યક્તિગત કરવામાં આવ્યું હતું.

પોતાના વિદ્યાર્થીઓ અને શિક્ષકોને મળતી વખતે જે ભાષણ તેમણે આપ્યું, તેમાંનું એક આ પ્રમાણે છે.

"આનાથી કોઈ તફાવત પડતો નથી કે હું કોણ છું, હું કામ કરીશ, કામ કરીશ અને કામ કરીશ. બ્રહ્માંડની પ્રત્યેક શક્તિઓ પણ મારી સહાયતા કરશે,

હું તે પ્રાપ્ત કરીશ જેના હું સ્વપ્ન નિહાળું છું, એટલે સુધી કે આપણી આકાશગંગાના કોઈ પણ હિસ્સા સુધી પહોંચવા માટે મને એર્નાડ મુસ્લિમ એસોસિએશન (EME) ના રજત જયંતી સમારોહના ઉદ્‌ઘાટન સમારોહમાં ભાગ લેવા અને વિદ્યાર્થીઓ સાથે વાતચીત કરવામાં પ્રસન્નતા થઈ રહી છે અને ઈએમઈ કૉલેજ ઑફ આર્ટ એન્ડ સાઈન્સના વિદ્યાશાખા સદસ્ય. હું આ કૉલેજના પ્રધાનાચાર્ય, શિક્ષકો, વિદ્યાર્થીઓ અને કર્મચારીઓને, વર્તમાન તથા ભૂતપૂર્વ બન્નેને અભિનંદન પાઠવું છું અને એ દરેકને પણ જેઓએ યુવા મસ્તિષ્કને આકાર આપવા અને રાષ્ટ્રને માટે પ્રબુદ્ધ નાગરિકોના રૂપમાં વિકસિત કરવા માટે મજબૂત માળખાંના નિર્માણમાં યોગદાન આપ્યું છે.

આપના રજત જયંતી સમારોહ દરમિયાન દરેકને મારી શુભકામનાઓ. જ્યારે હું આપની સાથે હોઉં છું, હું એક ઘટનાને યાદ કરવા ઈચ્છું છું, જે મારા બાળપણ (ઉંમર ૧૦ વર્ષ) દરમિયાન ઘટી હતી. હું રોજ સાંજે સ્કૂલેથી પાછો ફરતો ત્યારે પિતાજી નમાજ પઢવા માટે જતા. અને મારા માતા નમાજ અદા કરી રહ્યા હોય ત્યારે તેણી દેવદૂત જેવા લાગતા હતા. તકબીરની સ્થિતિ પશ્ચાત્, તેઓ પવિત્ર કુરાનમાંથી બે સૂરાના પાઠ કરતા : એક અલ્હમ્ધુથી શરૂ થાય છે, અને બીજો લક્કુમ, થીનુકુમ થી. એક દિવસ મેં મારા માતા-પિતાને પૂછ્યું, લક્કુમ, થીનુકુમનો અર્થ શો છે? મારા માતાએ સૂરીલા અવાજમાં સુરા, "લક્કુમ થીનુકુમ વલીયાથેન" નો પાઠ કર્યો જે સૂરા અલખફીરુનનો અંત છે. મારા પિતાએ કહ્યું, "આનો અર્થ છે, દરેક એક માર્ગનું અનુસરણ કરે છે. એ જે માર્ગ નક્કી કરે છે એ કાર્યો માટે જવાબદાર છે." મારા પિતા જેઓ સ્થાનિક મસ્જિદના ઈમામ હતા, તેમણે વિસ્તારપૂર્વક જણાવ્યું, "મારા દીકરા, હું મારા મિત્રોને અનેક વાર મળું છું, જેમ આપે મને પાક્ષી લક્ષ્મણ શાસ્ત્રીગલ અને રેવ. ફાધર બોદલની સાથે જોયો હશે." પાક્ષી લક્ષ્મણ શાસ્ત્રીગલ એક મહાન હિંદુ ભક્ત હતા અને રામેશ્વરમ્ શિવ મંદિરના મુખ્ય પૂજારી અને રેવ. ફાધર બોદલે આપણા દ્વીપનું સર્વ પ્રથમ ચર્ચ બનાવ્યું હતું. બાળપણમાં, હું વાસ્તવમાં મહાન ત્રણ વ્યક્તિત્વોની ચર્ચા સાંભળીને ધન્ય બની ગયો હતો. સપ્તાહમાં ઓછામાં ઓછું એક વાર તેઓ મળતા અને પવિત્ર કુરાન, પવિત્ર બાઈબલ અને ભગવત્ ગીતામાંથી વિચારોના એકીકરણ પર ચર્ચાઓ કરતા. તેમના કહેલા સારમાંથી, હું શીખ્યો, આપ જે પણ ધર્મ હોય, આપના દ્વારા પસંદ કરવામાં આવેલો માર્ગ આપને આપના સારા કૃત્યોના આધાર

પર આનંદ ભણી લઈ જશે. ચર્ચા માટે મેં જે વિષયને પસંદ કર્યો છે એ છે, "આજે કોઈ પણ યુવાને ભવિષ્ય વિશે બીક રાખવાની આવશ્યકતા નથી."

મિત્રો, આજે ભારતનું એક મિશન છે સ્વયંને વૅલ્યૂ સિસ્ટમની સાથે વિકસિત દેશમાં પરિવર્તિત કરવો. આ એક ખૂબ મોટો પડકાર છે. આ આપણી યુવા શક્તિના માધ્યમથી પ્રાપ્ત કરી શકાય છે. યૌવનમાં વિચારોની શક્તિ, મહત્વાકાંક્ષા, ઉત્સાહ અને ક્ષમતાની શક્તિ હોય છે. યુવાનોના આ સંસાધન ભારતને એક વિકસિત રાષ્ટ્રમાં પરિવર્તિત કરવામાં એક મહત્ત્વપૂર્ણ બિલ્ડિંગ બ્લૉક્સ છે. મિત્રો, હું કહેવા ચાહીશ કે, "આજે કોઈ પણ યુવાને ભવિષ્ય વિશે બીક રાખવાની આવશ્યકતા નથી." કેવી રીતે? જો આપના જીવનમાં એક લક્ષ્ય છે, તો એ અનુભૂતિ સાથે આગળ વધો કે વીતી ગયેલ સમય ફરી પાછો ફરતો નથી, એ માટે લક્ષ્યને પ્રપત કરવા માટે અમૂલ્ય સમયનો ઉપયોગ કરવો પડશે, જીતવા માટે આત્મવિશ્વાસ હોવો જોઈએ અને સફળ બનવા માટે એક પ્રમાણિક હૃદયનું હોવું જરૂરી છે. પોતાના પ્રત્યેક મિશનોમાં સફળ બનો. વિદ્યાર્થીના જીવનમાં શિક્ષક, તેઓ શું આપી શકે છે? એકીકૃત રૂપે કહી શકાય કે શિક્ષક દ્વારા બે વિશિષ્ટ વિશેષતાઓને પ્રદાન કરીને કોઈ પણ પ્રબુદ્ધ મનુષ્યનું સર્જન કરી શકાય છે. આમાનું એક છે વિદ્યાર્થીઓમાં પૂછપરછ કરવા, નવોન્મેષ કરવા, રચનાત્મક, ઉદ્યમશીલતા અને નૈતિક મૂલ્ય પ્રણાલીનો વિકાસ છે. શિક્ષક દ્વારા અભ્યાસ કરવામાં આવેલા મહાન જીવન ખરું જોતાં તો વિદ્યાર્થીઓ માટે એક પ્રકાશસ્તંભ બની જાય છે. આવો, સાંભળીએ મહાન શિક્ષક આલ્બર્ટ આઈન્સ્ટાઈન દ્વારા શિક્ષકને આપવામાં આવેલી શ્રદ્ધાંજલિ : " જે આદર્શોએ સમયાંતરે મારા માર્ગને પ્રજ્વલિત કર્યો છે, તેમણે જીવનનો આનંદભેર સામનો કરવા માટે એક નવી દિશાસૂચન કર્યું છે, તે દયા, સૌંદર્ય અને સત્યતા છે." આ એક શિક્ષકનું મિશન છે. આ વિદ્યાર્થી માટે એક ઈશ્વરપ્રદત્ત ઉપહાર હશે, મહાન શિક્ષક છે જેઓ શીખવાના મૉડ્યૂલ અને સુંદર જીવનનો માર્ગ આપી શકે છે. આ જ શબ્દોની સાથે હું એક વાર પુનઃ આ પ્રત્યેકને રજત જયંતી સમારોહના અવસર પર અભિનંદન પાઠવું છું. ઈએમઈ કૉલેજ ઑફ આર્ટ્સ એન્ડ સાઈન્સના પ્રત્યેક વિદ્યાર્થીઓ, શિક્ષકો અને કર્મચારીઓને પ્રબુદ્ધ નાગરિકોના રૂપમાં વિકસિત કરવા અને ૨૦૨૦ પહેલાં ભારતને એક વિકસિત રાષ્ટ્રમાં પરિવર્તિત કરવામાં સક્રિય રૂપે ભાગ લેવા માટે તમારા મિશની સફળતા માટે મારી શુભકામનાઓ."

રાષ્ટ્રપતિના રૂપમાં પોતાના કાર્યકાળ દરમિયાન, તેમને "પીપુલ્સ પ્રેસિડેન્ટ"ના રૂપમાં નામાંકિત કરવામાં આવ્યા હતા, કારણ કે ઑફિસ ઑફ પ્રૉફિટ બિલ હસ્તાક્ષર કરવા તેઓ માટે સૌથી અઘરો નિર્ણય હતો. સંવિધાનના અનુચ્છેદ ૭૨ પ્રમાણે, ભારત રાષ્ટ્રપતિને દોષિતોને ક્ષમાદાન આપવા, નિલંબિત કરવા કે મૃત્યુદંડને ઓછો કરવાનો અધિકાર આપે છે, જેને માટે ડૉ. અબ્દુલ કલામની આલોચના કરવામાં આવી હતી. ડૉ. અબ્દુલ કલામે રાષ્ટ્રપતિના રૂપમાં પોતાના કાર્યકાળ દરમિયાન માત્ર એક જ દયા યાચિકા પર કામ કર્યું હતું, બળાત્કારી ધનંજય ચેટર્જીની યાચિકાને તેમણે રદ કરી દીધી, ત્યારબાદ તેને ફાંસી આપવામાં આવી હતી. અફઝલ ગુરુ, જેને ડિસેમ્બર ૨૦૦૧ માં ભારતીય સંસદ પર હુમલો કરવાના કાવતરા માટે અપરાધી ઠરાવવામાં આવ્યો હતો, જેને ૨૦૦૪માં ભારતના સર્વોચ્ચ ન્યાયાલય દ્વારા મૃત્યુદંડ ફરમાવવામાં આવ્યો હતો. તેની દયાની અરજી પર લંબિત કાર્યવાહીના પરિણામ સ્વરૂપ એ મૃત્યુદંડ યથાવત્ રહ્યો હતો. સપ્ટેમ્બર ૨૦૦૩માં, પીજીઆઈ ચંદીગઢમાં એક સંવાદ સત્રમાં, ડૉ. અબ્દુલ કલામે દેશની જનસંખ્યાને ધ્યાનમાં રાખીને ભારતમાં સમાન નાગરિક સંહિતાની આવશ્યકતાને સમર્થન આપ્યું. પોતાના કાર્યકાળના અંતિમ દિવસો દરમિયાન, તેમણે પોતાના પદ માટે પોતાના બીજા કાર્યકાળની ચૂંટણી માટે આગળ વધવા માટે ઈચ્છા વ્યક્ત કરી કારણ કે ૨૦૦૭માં આગામી ચૂંટણીમાં તેમને પોતાના વિજય માટે સંપૂર્ણ ભરોસો હતો. જો કે તેઓએ પોતાના એ નિર્ણયને બે દિવસો પશ્ચાત્ બદલી નાંખ્યો અને એમ કહેતા કે તેઓ રાષ્ટ્રપતિની ચૂંટણી ફરીથી નહીં લડે કારણ કે તેઓ કોઈ પણ રાજનીતિક પ્રક્રિયાથી રાષ્ટ્રપતિ ભવનને સામેલ કરવાથી બચાવવા ઈચ્છે છે. નવેસરથી જનાદેશ પ્રપત કરવા માટે તેમની પાસે ડાબેરી પક્ષો, શિવસેના અને યૂપીએના ઘટક દળોનું સમર્થ પ્રાપ્ત નહોતું.

વિભિન્ન પક્ષોની સાથે સાથે આલોચનાઓને જોતાં, તેઓએ ૨૦૧૨ની રાષ્ટ્રપતિની ચૂંટણીને લડવા માટે ઇનકાર કરી દીધો. તેઓએ આ પ્રમાણે ન કરવાના પોતાના નિર્ણય વિશે જણાવતા કહ્યું :

"અનેક, અનેક નાગરિકોએ આ જ ઈચ્છાને વ્યક્ત કરી છે. આ ન કેવળ મારા પ્રત્યેના તેમના પ્રેમ અને સ્નેહ અને લોકોની અપેક્ષાઓને દર્શાવે છે. હું હકીકતમાં આ સમર્થનથી અભિભૂત થઈ ગયો છું. આ તેમની ઈચ્છા છે, હું તેનું સન્માન કરું છું. તેઓએ મારા પર જે વિશ્વાસ મૂક્યો છે તેને માટે હું તેઓનો આભાર માનવા ઈચ્છું છું."

પદને છોડ્યા પશ્ચાત્, કલામ ઇન્ડિયન ઇન્સ્ટિટ્યૂટ ઑફ શિલાંગ, ઇન્ડિયન ઇન્સ્ટિટ્યૂટ ઑફ મૅનેજમેન્ટ, અમદાવાદ અને ઇન્ડિયન ઇન્સ્ટિટ્યૂટ ઑફ મૅનેજમેન્ટ ઇન્દોર, ઇન્ડિયન ઇન્સ્ટિટ્યૂટ ઑફ સાયન્સ, બૅંગ્લોરના માનદ્ ફેલો, ઇન્ડિયન ઇન્સ્ટિટ્યૂટ ઑફ સ્પેસના ચાન્સેલરમાં વિઝિટિંગ પ્રોફેસર બની ગયા. વિજ્ઞાન અને ટેક્નૉલૉજી, થિરુવનન્તપુરમ્; અન્ના વિશ્વ વિદ્યાલયમાં એરોસ્પેસ એન્જિનિયરિંગના પ્રોફેસર;અને ભારતમાં અનેક અન્ય શૈક્ષણિક અને સંશોધન સંસ્થાનોમાં એક સહાયક બન્યા. તેઓએ આંતરર્રાષ્ટ્રીય સૂચના ટેક્નૉલૉજી સંસ્થાન હૈદરાબાદ માં સૂચના ટેક્નૉલૉજી અને બનારસ હિંદુ વિશ્વવિદ્યાલય અને અન્ના વિશ્વ વિદ્યાલયમાં ટેક્નૉલૉજીને ભણાવ્યા.

"રાષ્ટ્રપતિના રૂપમાં દેશના દરેક રાજ્યો અને કેન્દ્ર શાસિત પ્રદેશો અને એશિયા, યૂરોપ અને આફ્રિકાના ૧૬ દેશોની મારી યાત્રાઓ અને ૧.૫ મિલિઅન કરતાં અધિક યુવાનોને મળવાના આધાર પર, મને અનુભૂતિ થઈ કે દરેક યુવાન ભલે તે કોઈ પણ દશેમાં રહેતો હોય, એક શાંતિપૂર્ણ, સુખી, સમૃદ્ધ અને સુરક્ષિત રાષ્ટ્રમાં રહેવા ઇચ્છે છે. આનો શો અર્થ છે ? આનો અર્થ એ છે કે માત્ર આર્થિક સમૃદ્ધિ જ પર્યાપ્ત નથી.આને મૂલ્ય પ્રણાલીઓ અને આપણી પાંચ હજાર વર્ષો જૂની સભ્યતા વારસાની સાથે પૂરક બનાવવાના છે જેને આનુવંશિક રૂપે ભારતના લોકોએ ઘાટ આપ્યો છે. મારું વ્યક્તિગત રૂપે એવું માનવું છે કે જ્યારે દેશ આર્થિક વિકાસ તરફ આગળ વધી રહ્યો છે, ત્યારે આપણી સભ્યતાના વારસામાંથી લેવામાં આવેલી મૂલ્ય પ્રણાલીઓની સાથે શિક્ષણનું નિર્માણ કરવું પણ આવશ્યક છે; આપણે સમસ્યાઓની શૃંખલાઓનો સામનો કરવો પડી શકે છે. પરંતુ અબજો લોકોની પાસે કનેક્ટિવિટી છે જે આપણને એકરૂપ થવાની તાકાત આપે છે."

- ડૉ. એ.પી.જે.અબ્દુલ કલામ

ડૉ. એ.પી.જે.અબ્દુલ કલામ હંમેશાં કહ્યા કરતા હતા કે તેઓ ઇચ્છે છે કે એક શિક્ષકના રૂપમાં તેમને યાદ કરવામાં આવે. ૨૦૦૨માં જ્યારે તેઓ ભારતના રાષ્ટ્રપતિ બન્યા, ત્યારે તેઓએ અધ્યાપન પ્રત્યે પોતાના વલણની સાથે કોઈ પણ પ્રકારની સમજૂતી કરી નહોતી. તેઓએ પોતાના વિદ્યાર્થીઓને, વિશેષ રૂપે બાળકોને, જ્યાં પણ ગયા, ભણાવવાના અવસરનો લાભ લીધો. યુવાનોને રાષ્ટ્રીય વિકાસનો સંકલ્પ અપાવવો તેમનું ઝનૂન હતું. ૫ સપ્ટેમ્બર, ૨૦૧૩માં આ ભૂતપૂર્વ રાષ્ટ્રપતિએ કહ્યું : "જો લોકો મને એક સારા શિક્ષકના રૂપમાં ઓળખે છે, તો આ મારા માટે સૌથી મોટું સન્માન હશે."

એટલું જ નહીં, ૨૭ જુલાઈ, ૨૦૧૫ના રોજ પોતાના અંતિમ સમયની થોડી ક્ષણો અગાઉ, ડૉ. અબ્દુલ કલામ ભારતીય પ્રબંધન સંસ્થાન, શિલોંગમાં પોતાના વિદ્યાર્થીઓને ભણાવી રહ્યા હતા.

"શિક્ષણ એક અત્યંત મહાન વ્યવસાય છે જે વ્યક્તિના ચરિત્ર, ક્ષમતા અને ભવિષ્યને આકાર આપે છે... યુવાનોનું સ્વપ્ન હોય છે અને તેઓને પીડા પણ થાય છે. પીડા તેમના સ્વપ્નોમાંથી નીકળે છે ; તેઓ એક સમૃદ્ધ અને શાંતિપૂર્ણ ભારતમાં રહેવા ઈચ્છે છે. આ પ્રકારનું વિદ્યાર્થી વાતાવરણ મને પ્રજવલિત કરે છે અને મને યુવાન મસ્તિષ્કો સાથે વાતચીત કરવા માટે પ્રેરિત કરે છે." ડૉ. અબ્દુલ કલામે એક વખતે પોતાના સાક્ષાત્કારમાં કહ્યું.

એક વાર એક કાર્યક્રમ દરમિયાન, દેશના પ્રથમ સ્નાતક રાષ્ટ્રપતિ કલામે બીએચયૂ માં દીક્ષાંત સમારોહમાં તેમના માટેની નિર્ધારિત ખુરશીમાં બેસવા માટે મનાઈ ફરમાવી દીધી કારણ કે બીજી ખુરશીઓના આકાર કરતાં તેમની ખુરશીનો આકાર મોટો હતો! નિઃસંદેહ એક બીજી ખુરશી માનનીય ભૂતપૂર્વ રાષ્ટ્રપતિ માટે તત્કાળ ઉપલબ્ધ કરાવવામાં આવી.

ભારતીય ટેક્નૉલૉજી સંસ્થાન, હૈદરાબાદમાં ડૉ. એ.પી.જે.અબ્દુલ કલામએ પોતાનું સર્વોત્કૃષ્ટ ભાષણ આપ્યું જ્યાં તેઓએ ભારત માટેના તેઓના સ્વયંના દૃષ્ટિકોણને ચિત્રિત કર્યું. જે કંઈ આ પ્રમાણે રહ્યું...

"મારી પાસે ભારત માટે ત્રણ દૃષ્ટિકોણ છે. આપણા ઈતિહાસના ૩૦૦૦ વર્ષોમાં, વિશ્વભરમાંથી લોકો આવ્યા અને આપણા પર આક્રમણ કર્યા છે, આપણી ભૂમિઓ પર અધિકાર જમાવ્યો છે, આપણા મસ્તિષ્ક પર વિજય પ્રાપ્ત કર્યો છે. સિકંદર પછી, યૂનાની, તુર્કીઓ, મોગલો, પોર્તુગલો, બ્રિટિશરો, ફ્રાન્સિસીઓ, ડચ લોકો, દરેકે આવીને આપણે લૂંટી લીધા, છતાં પણ આપણે કોઈ અન્ય રાષ્ટ્રની સાથે આ પ્રમાણે કર્યું નથી. આપણે કોઈ અન્ય રાષ્ટ્ર પર વિજય પ્રાપ્ત કર્યો નથી. આપણે તેઓની જમીન, તેઓની સંસ્કૃતિ, તેઓના ઈતિહાસ પર કબ્જો જમાવ્યો નથી અને આપણા જીવનની રીતભાતોને તેઓ પર લાદવાનો પ્રયત્ન કર્યો નથી. શા માટે? કારણ કે આપણે બીજાની સ્વતંત્રતાનું સન્માન કરીએ છીએ. એ કારણે મારી પ્રથમ દૃષ્ટિ સ્વતંત્રતા છે. " મારું એવું માનવું છે કે ભારતને તેનું પ્રથમ વિઝન ૧૮૫૭માં પ્રાપ્ત થયું હતું, જ્યારે આપણે સ્વાતંત્ર્ય સંગ્રામનો આરંભ કર્યો હતો. એ એવી સ્વતંત્રતા છે જેનું રક્ષણ આપણે કરવું જોઈએ તથા તેનું પોષણ આપણે કરવું જોઈએ તેમજ તેના પર નિર્માણ કરવું જોઈએ. જો આપણે સ્વયં સ્વતંત્ર નથી તો કોઈ આપણું સન્માન નહીં કરે.

ભારતના વિકાસ માટે મારો બીજો દૃષ્ટિકોણ, પચાસ વર્ષોથી આપણે એક વિકાસશીલ રાષ્ટ્ર રહ્યા છીએ. સમય આવી ગયો છે કે આપણે સ્વયંને એક વિકસિત રાષ્ટ્રના રૂપમાં નિહાળીએ. આપણે જીડીપીના મામલામાં વિશ્વના પાંચ શીર્ષ દેશોમાં સામેલ છીએ. આપણા અધિકતર ક્ષેત્રોમાં દશ પ્રતિશતનો વિકાસ દર

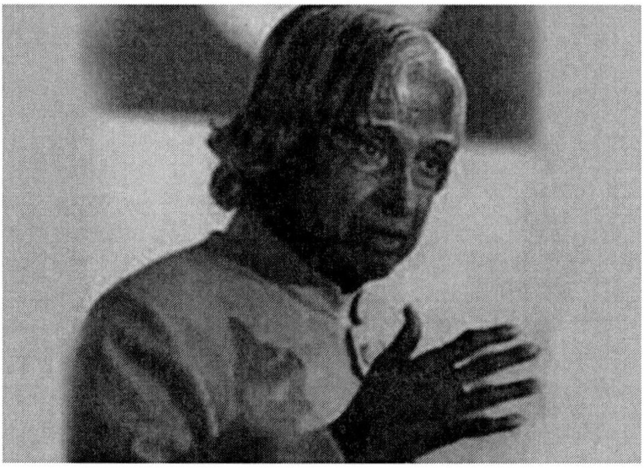

અબ્દુલ કલામ ભારતીય પ્રૌદ્યોગિકી સંસ્થા (આઈઆઈટી) માં પોતાનું ભાષણ આપતા

રહ્યો છે. આપણી ગરીબીનું સ્તર નીચે આવી રહ્યું છે. આપણી ઉપલબ્ધિઓને આજે વિશ્વભરમાં માન્યતાઓ પ્રાપ્ત થઈ રહી છે. છતાં પણ આપણે સ્વયંને એક વિકસિત રાષ્ટ્ર, આત્મનિર્ભર અને આત્મવિશ્વાસી રાષ્ટ્રના રૂપમાં નિહાળવા માટેના આત્મવિશ્વાસમાં ઊણા ઊતરીએ છીએ. શું આ અનુચિત નથી?

મારી ત્રીજી દૃષ્ટિ છે - ભારતે વિશ્વની સમક્ષ ઊભા રહેવું જોઈએ. કારણ કે મારું એમ માનવું છે કે જ્યાં સુધી આપણે વિશ્વની સમક્ષ ઊભા રહીશું નહીં, કોઈ પણ આપણું સન્માન કરશે નહીં. શક્તિ જ શક્તિનું સન્માન કરે છે. આપણે માત્ર સૈન્યના રૂપમાં જ નહીં, પરંતુ આર્થિક રૂપમાં પણ મજબૂત થવું જોઈએ. મારું એ સૌભાગ્ય છે કે મેં ત્રણ મહાન હસ્તિની સાથે રહીને કામ કર્યું છે. વિભાગના ડૉ. વિક્રમ સારાભાઈ. અંતરિક્ષના પ્રો. સતીશ ધવન જેઓ તેમના ઉત્તરાધિકારી બન્યા અને ડૉ. બ્રહ્મ પ્રકાશ, પરમાણુ સામગ્રીના પિતા. હું ભાગ્યશાળી હતો કે મેં એ ત્રણેયની સાથે મળીને કામ કર્યું અને તેને મારા જીવનનો સૌથી મહાન અવસર માનું છું.''

ઉપર્યુક્ત ત્રણ પ્રમુખ દર્શનો સિવાય, ડૉ.એ.પી.જે.અબ્દુલ કલામે કેટલાક અન્ય મુદ્દાઓ પણ આપ્યા જેનું પાલન કરવા માટે તેઓએ જણાવ્યું અને સફળ બનવા માટે રાષ્ટ્ર દ્વારા ધ્યાનમાં રાખવામાં આવ્યા. તેઓ આ પ્રમાણે છે :

૧. એક એવું રાષ્ટ્ર જ્યાં ગ્રામીણ અને શહેરી વિભાજન એક પાતળી રેખામાં સમેટાઈ ગયેલ છે.

૨. એક એવું રાષ્ટ્ર જ્યાં ઊર્જા અને ગુણવત્તા વાળા પાણીનું વિતરણ અને પહોંચ હોય.

૩. એક એવું રાષ્ટ્ર જ્યાં કૃષિ, ઉદ્યોગ અને સેવા ક્ષેત્ર એક સાથે મળીને કાર્ય કરે છે, ટેક્નૉલૉજીને અવશોષિત કરે છે અને જેના પરિણામસ્વરૂપ નિરંતર ધન-સૃજન થાય છે જેના કારણે ઉચ્ચ મૂલ્યના રોજગારના અવસરો પ્રાપ્ય બને છે.

૪. એક એવું રાષ્ટ્ર જ્યાં સામાજિક કે આર્થિક ભેદભાવ કે અડચણોને કારણે કોઈ પણ મેધાવી ઉમેદવારોને શિક્ષણથી વંચિત કરવામાં આવે નહીં.

૫. એક એવું રાષ્ટ્ર જે વિશ્વભરના સૌથી પ્રતિભાશાળી વિદ્વાનો, વૈજ્ઞાનિકો, રોકાણકર્તાઓ માટે સૌથી સારું ગંતવ્ય હોય.

૬. એક એવું રાષ્ટ્ર જ્યાં પ્રત્યેકને માટે સર્વોત્તમ સ્વાસ્થ્ય સેવાઓ ઉપલબ્ધ હોય અને એઈડ્સ / ટીબી, જળ અને જંતુજન્ય રોગ અને અન્ય તણાવ રોગ, હૃદય રોગ, કેન્સર અને મધુપ્રમેહ જેવી સંચારી બીમારીઓને ઓછી કરી શકાય.

૭. એક એવું રાષ્ટ્ર જ્યાં શાસન ઉત્તરદાયી, પારદર્શી, ઉચ્ચ બેન્ડ-પહોળાઈવાળા ઇ-ગર્વનેન્સમાં સંપૂર્ણપણે જોડાય, સરળતાથી સુલભ અને નિયમોમાં સરળ હોવા માટે સર્વોત્તમ તકનીકોનો ઉપયોગ કરે છે, જેનાથી ભ્રષ્ટાચાર મુક્ત થાય છે.

૮. એક એવું રાષ્ટ્ર જ્યાં ગરીબી સંપૂર્ણપણે સમાપ્ત થઈ ગઈ હોય, નિરક્ષરતા દુર થઈ ગઈ હોય અને મહિલાઓ વિરુદ્ધ અપરાધની અનુપસ્થિતિ હોય અને સમાજમાં કોઈ પણ પોતાને ભિન્ન કે વિરક્ત અનુભવે નહીં.

૯. એક એવું રાષ્ટ્ર જે સમૃદ્ધ, સ્વસ્થ, શાંતિપૂર્ણ અને ખુશહાલ છે અને નિરંતર વિકાસપથ પર અગ્રેસર છે.

૧૦. એક એવું રાષ્ટ્ર જે પૃથ્વી પર રહેવા માટે સૌથી શ્રેષ્ઠ જગ્યાઓમાંની એક હોય અને એક અબજ કરતાં પણ વધારે લોકોના મુખ પર સ્મિત લાવે છે.

હું મારી કારકિર્દીમાં ચાર જરૂરી પથ નિહાળું છું :

વીસ વર્ષો કરતાં પણ વધારે વર્ષો મેં ઈસરોમાં વ્યતીત કર્યા છે. મને ભારતના સૌ પ્રથમ ઉપગ્રહ પ્રક્ષેપણ યાન (Satelite Launch Vehocle), SLV-૩, જે રોહિણીને પ્રક્ષસપિત કરનારી એક માત્ર પરિયોજના છે, તેના નિયામક બનવા માટેનો અવસર પૂરો પાડવામાં આવ્યો. આ વર્ષોએ એક વૈજ્ઞાનિકના રૂપમાં મારા જીવનમાં અત્યંત મહત્ત્વપૂર્ણ ભૂમિકા ભજવી છે. ઈસરોના આ વર્ષો પશ્ચાત્, હું ડીઆરડીઓમાં સામેલ થઈ ગયો અને મને ભારતના નિર્દેશિત મિસાઇલ કાર્યક્રમનો હિસ્સો બનવાની તક સાંપડી. આ મારો બીજો આનંદ હતો જ્યારે ૧૯૯૪માં અગ્નિએ પોતાના મિશનની આવશ્યકતાઓને પરિપૂર્ણ કરી. આ પરમાણુ પરીક્ષણોમાં પોતાની ટીમની સાથે ભાગીદાર બનવા અને વિશ્વની સમક્ષ એ સિદ્ધ કરવાનો આનંદ છે કે ભારત આ પણ કરી શકે છે, કે હવે આપણે એક વિકાસશીલ રાષ્ટ્ર છીએ, પરંતુ તેઓમાંના એક છીએ. આ અનુભૂતિએ મને એક ભારતીયના રૂપમાં અત્યંત ગૌરવાન્વિત અનુભૂતિ કરાવી. તથ્ય એ છે કે આપણે હવે અગ્નિ માટે એક પુનઃ પ્રવેશ સંરચના વિકસિત કરી છે, જેને માટે અમે આ નવી સામગ્રી વિકસિત કરી છે, કાર્બન-કાર્બન નામની એક અત્યંત હળવી સામગ્રી.

મીડિયા આટલી નકારાત્મક શા માટે છે? આપણે ભારતમાં આપણી પોતાની શક્તિ, આપણી પોતાની ઉપલબ્ધિઓને પારખવામાં આટલી શરમિંદગી શા માટે અનુભવીએ છીએ. આપણે એક મહાન રાષ્ટ્ર છીએ. આપણી પાસે અનેક આશ્ચર્યજનક સફળતાઓની યશોગાથાઓ છે પરંતુ આપણે તેનો સ્વીકાર કરવામાં શા માટે આનાકાની અનુભવીએ છીએ. શા માટે?

- દુગ્ધ ઉત્પાદનમાં આપણે પ્રથમ છીએ.
- રિમોટ સેન્સિંગ સૅટલાઇટમાં આપણે નંબર વન છીએ.
- ઘંઉના ઉત્પાદનમાં આપણે સૌથી મોટા ઉત્પાદક છીએ.
- આપણે ચોખાના બીજા સૌથી મોટા ઉત્પાદક છીએ.
- ડૉ. સુદર્શનને જુઓ, તેઓએ આદિવાસી ગ્રામને આત્મનિર્ભર, સ્વાવલંબી એકમમાં પરિવર્તિત કરી દીધા છે.

આવી લાખો ઉપલબ્ધિઓ છે પરંતુ આપણું મીડિયા માત્ર ખરાબ સમાચારો અને નિષ્ફળતાઓ અને આપદાઓમાં જ ગરકાવ રહે છે.

હું એક વાર તેલ અવીવમાં હતો અને ઇઝરાયલી સમાચારપત્ર વાંચી રહ્યો હતો. એ એવો દિવસ હતો જ્યારે અનેક આક્રમણો અને બોમ્બવર્ષા અને મૃત્યુ થયાં હતાં. હમાસે હુમલો કરી દીધો હતો. પરંતુ સમાચારપત્રના પ્રથમ પાના પર એક યહૂદી સજ્જનનું ચિત્ર હતું, જેમણે પાંચ વર્ષોમાં પોતાની અરણ્યની જમીનને આર્કિડ કે અન્નભંડારમાં પરિવર્તિત કરી દીધી હતી.

આ એક પ્રેરક ચિત્ર હતું જેનાથી દરેક જણ જાગ્રત બની ગયા. હત્યાઓ, બૉમ્બવર્ષા અને મૃત્યુના હત્યારા વિવરણ સમાચારપત્રની અંદર હતા, જેને અન્ય સમાચારોની સાથે દફન કરી દેવામાં આવ્યા હતા. ભારતમાં જ આપણે ફક્ત મૃત્યુ, બીમારી, આતંકવાદ અને અપરાધ વિશે વાંચીએ છીએ. આપણે આટલા નકારાત્મક શા માટે છીએ?

એક વધારાનો પ્રશ્ન : આપણે એક રાષ્ટ્રના રૂપમાં વિદેશી ચીજવસ્તુઓની પાછળ આટલા ઉન્માદી શા માટે છીએ? આપણને વિદેશી ટીવી જોઈએ, આપણે વિદેશી શર્ટ જોઈએ. આપણને વિદેશી તકનીક જોઈએ. આયાત કરેલી પ્રત્યેક વસ્તુઓ માટે આવું ઘેલાપણું શા માટે? શું આપણે એ જાણતા નથી કે સ્વાભિમાન આત્મનિર્ભરતામાંથી ઉદ્ભવે છે? હું હૈદરાબાદમાં આ લેક્ચર આપી રહ્યો હતો, ત્યારે એક ૧૪ વર્ષની એક છોકરીએ મારો ઑટોગ્રાફ માગ્યો. મેં તેને પૂછ્યું કે તારા જીવનનું લક્ષ્ય શું છે? તેણે મને આવો જવાબ આપ્યો : હું એક વિકસિત ભારતમાં રહેવા માટે ઇચ્છું છું. તેને માટે આપણે અને મારે આ વિકસિત ભારતનું નિર્માણ કરવું પડશે. ભારત એક અલ્પ વિસિત રાષ્ટ્ર નથી, આ એક અત્યાધિક વિકસિત રાષ્ટ્ર છે.

શું આપની પાસે ૧૦ મિનિટ છે ? મારી પાસે પ્રતિશોધ સાથે પરત આવવા દો. પોતાના દેશ માટે ૧૦ મિનિટ મળશે? જો હા, તો આ વાંચો; અન્યથા, પસંદગી આપની છે.

- આપ કહો છો કે આપણી સરકાર અક્ષમ છે.
- આપ કહો છો કે આપણા કાયદા ખૂબ જૂના થઈ ગયા છે.
- આપ કહો છો કે નગરપાલિકા કચરો ઊપાડતી નથી.
- આપ કહો છો કે ફોન કામ કરી રહ્યા નથી, રેલવે એક મઝાક છે,

એરલાઇન દુનિયામાં સૌથી ખરાબ એરલાઇન છે, અને મેલ પણ ક્યારેય પણ પોતાના ગંતવ્ય સુધી પહોંચતા નથી.

- આપ કહો છો કે આપણા કાઉન્ટી કૂતરાઓને ખવડાવી દેવામાં આવ્યા છે અને આ એક તદ્દન ખાડો છે.
- તમે કહો છો, કહો છો, કહો છો.
- આપ આ અંગે શું કહો છો? એક વ્યક્તિને સિંગાપોરના માર્ગ પર લઈ જાય અને તેને પોતાનું નામ આપી દે.
- તેને એક ચહેરો આપો - તમારો. તમે હવાઈ મથકમાંથી બહાર નીકળો છો અને તમે પોતાના આંતરર્રાષ્ટ્રીય સ્તર પર સર્વશ્રેષ્ઠ છો.

આપણે આરામથી બેસવા ઇચ્છીએ છીએ અને અપેક્ષા રાખીએ છીએ કે સરકાર આપણા માટે બધું જ કરશે, જ્યારે આપણું યોગદાન સંપૂર્ણપણે નકારાત્મક છે. આપણે અપેક્ષા ધરાવીએ છીએ કે સરકાર સફાઈ કરશે પરંતુ આપણે પોતે જુદી જુદી જગ્યાએ કચરો ફેકવાનું બંધ કરીશું નહીં અને ન તો આપણે એક કાગળના ટુકડાને પણ ઊપાડીને કચરાટોપલીમાં નાખવાની તસ્દી લઈશું. આપણે અપેક્ષા ધરાવીએ છીએ કે રેલવે સાફ અને સ્વચ્છ બાથરૂમ ઉપલબ્ધ કરાવે, પરંતુ તેનો ઉચિત ઉપયોગ કરવાનું આપણે શીખીશું નહીં.

સિંગાપોરમાં તમે સિગારેટના ટુકડાને સડક પણ ફેંકતા નથી ન તો દુકાનોમાં ખાઓ છો. તમને તેમના ભૂમિગત સંપર્કો પર તેટલો જ ગર્વ છે જેટલો તેઓને છે. તમે ઑર્ચડ રોડના માધ્યમથી ડ્રાઇવ કરવા માટે ૫ ડૉલર (આશરે રૂ.૬૦), ચૂકવો છો, કે જે માહિમ કૉઝવે અથવા પેડર રોડના જેટલાં જ છે, સાંજે ૫ થી ૮ની વચ્ચે તમે તમારી સ્થિતિની ઓળખ છતાં કોઈ રૅસ્ટરાં કે શૉપિંગ મૉલમાં રોકાયા છો.

સિંગાપોરમાં તમે કંઈ જ કહેતા નથી. શું તમે? દુબઈમાં રમજાન દરમિયાન સાર્વજનિક રૂપે ખાવાની હિમ્મત કરશો નહીં. તમે જેદ્દામાં માથું ઢાંક્યા સિવાય બહાર જવાની હિમ્મત કરશો નહીં. તમે લંડનમાં ટેલિફોન ઇક્સચેન્જના એક કર્મચારી દ્વારા ૧૦ પાઉન્ડ (રૂ. ૬૫૦) પ્રતિ માસની હિમ્મત કરશો નહીં, “એ જોવા માટે કે મારા એસટીડી અને આઈએસડી કૉલ કાઈ બીજાને બિલ કરવામાં આવેલા છે.”

આપ વૉશિંગ્ટનમાં ૫૫ માઈલ પ્રતિ કલાક (૮૮ કિમી /કલાક) કરતાં વધારે ગતિએ ચલાવવાની હિમ્મત નહીં કરો અને પછી ટ્રાફિક પોલીસવાળાને કહેશો, “જનતા છે, હું છું? (શું આપ જાણો છો કે હું કોણ છું? હું એ માણસનો દીકરો છું. પોતાના રૂપિયા પકડો અને ચાલતી પકડો.”

તમે ઑસ્ટ્રેલિયા અને ન્યૂઝીલૅન્ડમાં સમુદ્ર કિનારે કચરાના ઢગલા સિવાય નાળિયેરના ખાલી કોચલાંને નહીં ફેંકો. તમે ટોકિયોની સડકો પર પાન ખાઈને કેમ થૂંકતા નથી? તમે બોસ્ટનની પરીક્ષામાં જોકીનો ઉપયોગ શા માટે કરતા નથી અથવા તો બનાવટી પ્રમાણપત્ર શા માટે ખરીદતાં નથી? આપણે આજે પણ એ જ 'આપ' ની વાત કરીએ છીએ.

તમે જો બીજા દેશોમાં એક વિદેશી વ્યવસ્થાનું સન્માન કરી શકો છો અને તેને અનુરૂપ બની શકો છો પરંતુ પોતાના દેશમાં નહીં. તમે ભારતીય જમીન પર ઊતરતાની સાથે કાગળ અને સિગારેટ સડક પર ફેંકી દેશો. જો તમે વિદેશી દેશોમાં સામેલ અને પ્રશંસનીય નાગરિક બની શકો છો, તો તમે શા માટે ભારતને તેનું સન્માન આપી શકતા નથી?

એક વાર એક સાક્ષાત્કારમાં, મુંબઈના એક પ્રસિદ્ધ ભૂતપૂર્વ નગર આયુક્ત, શ્રી તિનિકરે એક વાત જણાવી. "શ્રીમંત લોકોના કૂતરા પોતાના સમૃદ્ધ ટીપાંઓને દરેક જગ્યાએ છોડવા માટે સડકો પર ચાલ્યા આવે છે." તેઓએ કહ્યું. અને એ જ લોકો વારા ફરતી આલોચના કરે છે અને અધિકારીઓને અક્ષમતા અને ગંદા ફૂટપાથો માટે દોષિત ગણાવે છે. તેઓ અધિકારીઓ પાસેથી શી અપેક્ષા રાખે છે?

દરેક વખતે જ્યારે તેમના કૂતરાના આંતરડામાં દબાણ થાય છે, તો શું ઝાડૂ લઈને નીચે ઊતરવાનું? અમેરિકામાં દરેક કૂતરાના માલિકે પોતાના પાલતુ કૂતરાના કામ કર્યા પછીની સફાઈ કરવી પડે છે. જાપાનમાં પણ. શું અહીં ભારતીય નાગરિક આ પ્રમાણે કરશે? આ જ ઉચિત છે. આપણે સરકારને ચૂંટવા માટે ચૂંટણીમાં મત આપવા જઈએ છીએ અને ત્યાર પછી બધી જ જવાબદારી ગુમાવી બેસીએ છીએ.

આપણે આરામથી બેસવા ઇચ્છીએ છીએ અને અપેક્ષા રાખીએ છીએ કે સરકાર આપણા માટે બધું જ કરશે, જ્યારે આપણું યોગદાન સંપૂર્ણપણે નકારાત્મક છે. આપણે અપેક્ષા ધરાવીએ છીએ કે સરકાર સફાઈ કરશે પરંતુ આપણે પોતે જુદી જુદી જગ્યાએ કચરો ફેકવાનું બંધ કરીશું નહીં અને ન તો આપણે એક કાગળના ટુકડાને પણ ઊપાડીને કચરાટોપલીમાં નાખવાની તસ્દી લઈશું. આપણે અપેક્ષા ધરાવીએ છીએ કે રેલવે સાફ અને સ્વચ્છ બાથરૂમ ઉપલબ્ધ કરાવે, પરંતુ તેનો ઉચિત ઉપયોગ કરવાનું આપણે શીખીશું નહીં.

આપણે ઇચ્છીએ છીએ કે ઇન્ડિઅન એરલાઇન્સ અને એર ઇન્ડિયા સર્વોત્તમ ભોજન અને પ્રસાધન સામગ્રી પ્રદાન કરે, પરંતુ આપણે ઓછામાં ઓછા અવસર પર ચોરી કરવાનું બંધ કરતા કેમ નથી. આ એવા કર્મચારીઓને પણ લાગૂ પડે છે જેઓ પ્રજાને સેવા ન આપવા માટે જાય છે. જ્યારે મહિલાઓ, દહેજ, બાલિકાઓ

અને અન્યો સાથે સંલગ્ન સામાજિક મુદ્દાઓને સળગાવવાની વાત આવે છે, ત્યારે આપણે આપણા ડ્રૉઈંગ રૂમમાં બેસીને આનો વિરોધ કરીએ છીએ અને પોતાના ઘરે એ બધી જ બાબતોને કરવાનું ચાલુ રાખીએ છીએ. આપણા બહાના? "આ સમગ્ર વ્યવસ્થા છે જેને પરિવર્તિત કરવાની છે, જો હું મારા એકલાના દીકરાઓના દહેજના અધિકારોને ત્યજી દઉં તો શું ફરક પડે છે."

તો, સિસ્ટમને કોણ પરિવર્તિત કરનાર છે? એક પ્રણાલીમાં શું સામેલ છે? આપણા માટે અત્યંત સરળતાથી આપણા પડોશી, અન્ય ઘર, અન્ય શહેર, અન્ય સમુદાય અને સરકાર સામેલ છે. પરંતુ નિશ્ચિત રૂપે હું અને આપ નહીં. જ્યારે આપણી પાસે હકીકતમાં પ્રણાલીમાં હકારાત્મક યોગદાન આપવાની વાત આવે છે. ત્યારે આપણે આપણ પરિવારોની સાથે પોતાની જાતને એક સુરક્ષિત કોશેટામાં બંધ કરી દઈએ છીએ અને દૂર દેશોના અંતરને જોઈએ છીએ અને મિસ્ટર ક્લીનના હાથમાં રાજવી ઝાડૂની સાથે આવવા અને આપણા માટે ચમત્કાર કરવાની પ્રતીક્ષા કરીએ છીએ. અથવા તો આપણે દેશ છોડીને ભાગી જઈએ છીએ.

આપણા ભયથી ઘેરાયેલા આળસુ કાયરોની જેમ આપણે એમના મહિમાનો આનંદ માણવા અને તેઓની પ્રણાલીની પ્રશંસા કરવા માટે અમેરિકા તરફ દોટ મૂકીએ છીએ. જ્યારે ન્યૂયૉર્ક અસુરક્ષિત બની જાય છે ત્યારે આપણે ઈંગ્લેન્ડ તરફ દોડવા લાગીએ છીએ. જ્યારે ઈંગ્લેન્ડમાં બેરોજગારીનો અનુભવ થાય છે, ત્યારે આપણું આગામી ઉડ્ડયન ગલ્ફના દેશો ભણી લઈ જાય છે. જ્યારે ગલ્ફમાં યુદ્ધ થાય છે, ત્યારે ભારત સરકાર દ્વારા બચાવવા માટે અને સ્વદેશ લાવવાની માગણી કરીએ છીએ.

દરેક જણ દશેને ગાળો આપીને લૂંટી લઈને નીકળી જવા ચાહે છે. સિસ્ટમને યથાયોગ્ય કરવા વિશે કોઈ વિચારતું જ નથી. આપણો અંતરાત્મા નાણાં માટે આપણે ગીરો મૂકેલો છે.

પ્રિય ભારતીયો! અહીં ખૂબ જ આત્મનિરીક્ષણની આવશ્યકતા છે અને કોઈના અંતરાત્માને પણ ડંખે છે...

હું જે.એફ. કૅનેડીના શબ્દોને તેમના સાથીદારો અમેરિકનોને ભારતીયો સાથે જોડવા માટે પ્રતિધ્વનિત કરી રહ્યો છું...

"પૂછો કે આપણે ભારત માટે શું કરી શકીએ છીએ
અને એ જ કરો જે કરવાનું છે
ભારતને અમેરિકા અને અન્ય બનાવવા માટે
જે પશ્ચિમી દેશ આજે છે...
આવો એ કરીએ જે ભારત આપણી પાસે ઇચ્છે છે."

ડૉ. કલામે પોતાના રાષ્ટ્રના ભવિષ્યને ધ્યાનમાં રાખતા પોતાના ચાર પ્રમુખ આંદોલનોની પ્રતીક્ષા કરી. એમાં સામેલ છે :

૧. હું શું આપી શકું છું - આંદોલન :

૨૦૧૨માં, ડૉ. કલામે યુવાનો વચ્ચે આ સંદેશ અને વિચારને પ્રસરાવવા માટે સ્વ-શાસિત 'વ્હૉટ કેન આઈ ગિવ મૂવમેન્ટ'નો આરંભ કર્યો. આ આંદોલન દ્વારા લાલચ અને ભ્રષ્ટાચારના વલણને બદલવા માટેનો પ્રયાસ કર્યો, જે વિચારમાંથી આવે છે, "હું શું લઈ શકું છું" પહેલને પોતાનું નામ આપવાના દૃષ્ટિકોણ સાથે.

૨. બિલિયન બીટ્સ :

ડૉ. કલામના ઈ-પેપર બિલિયન બીટ્સ, ૨૦૦૭થી ચલણમાં છે, જે પાછળથી એક ફેસબુક પેજમાં પરિવર્તિત બની ગયું, જેના પર કલામે ઉપલબ્ધિ હાંસલ કરનારાઓ તથા તેઓની સફળતાઓની વાર્તાઓની સાથે પોતાની વાતચીતને પણ વહેંચી છે અને એટલે સુધી કે ૨૦૨૦થી પહેલાં વિકસિત ભારત પર પોતાના વિચારોની પણ વહેંચણી કરી છે.

૩. ઈન્ડિયા વિઝન ૨૦૨૦ :

૧૯૯૮માં કલામે ટેક્નૉલૉજી વિઝન ૨૦૨૦ નામની એક દેશવ્યાપી યોજનાને સામે મૂકી, જેમાં તેઓએ ૨૦ વર્ષોમાં ભારતને અલ્પ વિકસિતમાંથી વિકસિત સમાજમાં પરિવર્તિત કરવા માટેનો એક રોડ મૅપના રૂપમાં વર્ણિત કરેલ છે. આ યોજના, આરંભમાં ડૉ. એ.પી.જે. અબ્દુલ કલામના અધ્યક્ષતામાં ભારના વિજ્ઞાન અને ટેક્નૉલૉજી વિભાગના ટેક્નૉલૉજી સૂચના, પૂર્વાનુમાન અને મૂલ્યાંકન પરિષદ, (TIFAC) દ્વારા તૈયાર કરવામાં આવેલ એક દસ્તાવેજ, જે પાછળથી એક પુસ્તકમાં વિસ્તૃત કરવામાં આવેલ હતો, જેમાં તેઓએ "ભારતમાં સકળ ખાનગી ઉત્પાદની વિકાસ દરને બમણો કરવા માટે એકીકૃત કાર્યવાહી માટે પાંચ મુખ્ય ક્ષેત્રોને માન્યતા આપી હતી. આ પાંચ ક્ષેત્રો - કૃષિ, બુનિયાદી માળખું, શિક્ષણ અને સ્વાસ્થ્ય સેવા, સૂચના અને પ્રસારણ ટેક્નૉલૉજી, અને મહત્વપૂર્ણ ટેક્નૉલૉજીઓ અને રણનીતિક ઉદ્યોગ હતા."

૪. પ્રજ્વલિત મસ્તિષ્ક :

ડૉ. કલામના બેસ્ટ સેલરના નામ પર આ કાર્યક્રમનો ઉદ્દેશ્ય વિજ્ઞાનમાં શિક્ષણને વધારે રોચક અને રસપ્રદ બનાવવા માટે એક લાખ કરતાં અધિક ભારતીય વિદ્યાર્થીઓ, ટેક્નોક્રેટ અને નેતાઓને જોડવાનું છે. વિઝન ભારતી દ્વારા શરૂ કરવામાં આવેલ, ઈગ્નાઈટિંગ માઈન્ડ્સે ભારતીય વૈજ્ઞાનિક સમુદાયના નેતાઓ

સથે વાતચીત કરવા માટે ડિઝિટલ સ્વરૂપમાં ઉપલબ્ધ કરાવ્યું, જેમાં એક મિસાઇલ મૅન ડૉ. કલામ હતા.

અમુક એવા છે જેઓએ કેટલાક લોકોને પ્રેરિત કર્યા અને બહુ જૂજ પ્રમાણમાં એવા છે જેઓએ સમગ્ર પેઢીને પ્રેરિત કરી, ડૉ. એ.પી.જે.અબ્દુલ

અબ્દુલ કલામ પોતાની સંપત્તિની સાથે

કલામ અત્યંત દુર્લભ લોકોમાંના એક હતા. તેઓ ૨૦૦૦ થી ૨૦૦૭ સુધી એક વૈજ્ઞાનિક, શિક્ષક અને ભારતના રાષ્ટ્રપતિ હતા. તેમણે અગણિત જીવનોને સ્પર્શ કર્યો હતો અને અનેક યુવા મસ્તિષ્કોને વિચારવાની શક્તિ, જ્ઞાન અને તેથી પણ ઊપર, આત્મ - વિશ્વાસમાં વિશ્વાસ ધરાવનારા માટે પ્રજવલિત કર્યો હતો. તેમણે વિજ્ઞાનને જે આપ્યું છે, જેને માટે લોકો તેમની પ્રશંસા કરતા નથી, બલકે તેમના અદ્વિતીય વ્યક્તિત્વને કારણે પણ કરે છે. આ મહાન નેતાના અનેક પ્રેરક ગુણો છે જે આ પ્રમાણે છે :

તૈયાર રહો...

જીવન હંમેશાં એ માર્ગનું અનુસરણ કરતું નથી જે આપણે તેના માટે નિર્ધારિત કરેલ છે. ક્યારેક ક્યારેક, એ પોતાનો પાઠ્યક્રમ લે છે અને માટે આપણે તેનું અનુસરણ કરવાનું છે. આપણે જાણતા નથી કે આગળ શું છે. એ માટે હંમેશાં સારા અને ખરાબ માટે તૈયાર રહો. સફળતા અને નિષ્ફળતા એક સિક્કાની બે બાજુઓ છે. પોતાના લક્ષ્યને પ્રાપ્ત કરવા માયે કઠોર પરિશ્રમ કરો અને પોતાને નિરાશ થવા ન દો.

ઉત્કૃષ્ટતા એક નિરંતર પ્રક્રિયા છે, કોઈ દુર્ઘટના નથી.

- ડૉ. એ.પી.જે.અબ્દુલ કલામ

સાહસિક બનો અને અલગ વિચારો...

ડૉ. એ.પી.જે.અબ્દુલ કલામના જીવનો એક પ્રમુખ બોધપાઠ એ છે કે તમારે જુદી રીતે વિચારવા માટે પર્યાપ્ત સાહસિક બનવું જોઈએ. તેઓએ કહ્યું,

"મારો સંદેશ, વિશેષ રૂપે યુવાનો માટે, જુદું - અલગ વિચારવાનું સાહસ, આવિષ્કાર કરવાનું સાહસ, વણસ્પર્શેલા માર્ગો પર ચાલવાનું સાહસ અને સમસ્યાઓ પર વિજય પ્રાપ્ત કરવા અને સફળ બનવામાં છે. આપણા આ દેશમાં જ્યાં લાખો વિદ્યાર્થીઓ **એન્જિનિયરિંગ** અને **મેડિકલ કૉલેજ**માં પોતાની સ્વપ્નોની સીટ માટે તૈયારી અને પ્રતિસ્પર્ધા કરી રહ્યા છે, દૃઢ વિશ્વાસ અને સાહસની સાથે ઉદ્દેશ્ય જ એ સ્વપ્નને સાકાર કરી શકે છે. આ તમારું મસ્તિષ્ક અને વિચારધારા છે કે જેનાથી અહીં તફાવત આવે છે, એ કલાકોથી નહીં જેને તમે એક પેપરને હલ કરવામાં વિતાવ્યા છે! પોતાના મસ્તિષ્કનો યથોચિત ઉપયોગ કરો, જુદી રીતે વિચારો અને એ તકનીકોને પારખો જે તમને બીજાથી જુદા પાડે છે.

સફળતાનું રહસ્ય શું છે ? ઉચિત નિર્ણય.
તમે ઉચિત નિર્ણય કઈ રીતે લો છો ? અનુભવથી.
તમે અનુભવ કેવી રીતે પ્રાપ્ત કરો છો ? અનુચિત નિર્ણયોને કારણે. "

- ડૉ. એ.પી.જે.અબ્દુલ કલામ

વિનમ્ર થવું...

આ યાદીમાં સૌથી ઉપર હોવું જોઈએ કારણ કે આના અભાવને કારણે બાકી બધું વિફળ બની જાય છે. ડૉ. એ.પી.જે.અબ્દુલ કલામે હંમેશાં આ વાત પર ભાર મૂક્યો છે કે આપે વિનમ્રતાથી ક્યારેય હાર સ્વીકારી લેવી જોઈએ નહીં, ભલે તમે રાષ્ટ્રના મુખ્ય વ્યક્તિ કેમ ન હો. શીલમાં એક શક્તિશાળી ગુણ છે અને રહેશે, કારણ કે જ્યાં અહંકાર વિફળ બને છે, ત્યાં વિનમ્રતા જીતી જાય છે. ભારતના સૌથી પ્રતિભાશાળી સુપુત્ર, ડૉ.એ.પી.જે.અબ્દુલ કલામ આરંભથી જ એક વિનમ્ર દેશભક્ત હતા, જેઓ પોતાના ભૂતકાળ અને દેશના ભવ્ય ઇતિહાસને ક્યારેય ભૂલ્યા નહીં. તેઓએ પોતાના વિનમ્ર રીતે પોતાના દેશને પ્રેરિત કર્યો. જ્યારે તેઓને એમ પૂછવામાં આવ્યું કે તેઓ કેવી રીતે યાદ રાખવામાં આવે તે પસંદ કરશે, ડૉ. એ.પી.જે.અબ્દુલ કલામે ઉત્તર આપ્યો, એક 'એક શિક્ષક' ના રૂપમાં.

"કોઈને હરાવવું અત્યંત સરળ છે,
પરંતુ કોઈને જીતી લેવું એ અત્યંત અઘરું છે."

- ડૉ. એ.પી.જે.અબ્દુલ કલામ

એક લક્ષ્ય રાખો...

જેમ કે પહેલા ઉલ્લેખ કરવામાં આવ્યો છે, ડૉ. કલામે હંમેશાં ભારત માટે ત્રણ દૃષ્ટિકોણનું પાલન કર્યું હતું. પ્રથમ દૃષ્ટિ સ્વતંત્રતા. તેમનું માનવું છે ભારતને પોતાનું સૌ પ્રથમ વિઝન ૧૮૫૭માં પ્રાપ્ત થયું હતું, ભારતનો સૌ પ્રથમ સ્વાતંત્ર્ય સંગ્રામ.

તેમનો બીજો દૃષ્ટિકોણ ભારતનો વિકાસ હતો ભારતને તેઓ વિકસિત રાષ્ટ્રમાં પરિવર્તિત કરવાનું વિઝન ૨૦૨૦, જે પાંચ મુખ્ય ક્ષેત્રો પર લક્ષ્ય કેન્દ્રિત કરે છે તેને અનુકૂલિત કરવાની આવશ્યકતા છે : આ પાંચ ક્ષેત્રો -બુનિયાદી માળખું, શિક્ષણ અને સ્વાસ્થ્ય સેવા, સૂચના અને પ્રસારણ ટેક્નૉલૉજી, કૃષિ અને ખાદ્ય પ્રસંસ્કરણ; અને સામરિક ઉદ્યોગ જેવા અંતરિક્ષ અને રક્ષા ટેક્નૉલૉજીઓ. અને ત્રીજી પવિત્ર દૃષ્ટિ એ છે કે ભારતને વિશ્વ માટે ઊભા રહેવું જોઈએ.

નિઃસંદેહ, ડૉ. કલામે હકીકતમાં કઠોર પરિશ્રમ કર્યો અને ભારતની દૃષ્ટિ માટે વ્યાપક પ્રયત્નોમાં યોગદાન આપ્યું તેઓ કઠોર પરિશ્રમ, લચીલાપણા અને હકારાત્મક દૃષ્ટિકોણના ઉદાહરણના રૂપમાં રહેતા હતા અને લોકો તેમને સૌથી પ્રિય રાષ્ટ્રપતિના રૂપમાં યાદ કરે છે. વિજ્ઞાન અને ટેક્નૉલૉજીના વિકાસ પર કામ કરવા માટે તેઓને 'મિસાઈલ મૅન'ના રૂપમાં ઓળખવામાં આવે છે. ડૉ.એ.પી.જે.અબ્દુલ કલામના મૂલ્યો કેટલા પ્રેરણાદાયક અને પ્રેરક છે.

"આવો, આપણે આજે આપણા આજનું બલિદાન આપીએ જેથી આપણાં બાળકોની આવતી કાલ બહેતર થઈ શકે."

"પોતાના મિશનમાં સફળ બનવા માટે,
તમારે તમારા લક્ષ્ય પ્રત્યે એકાગ્રચિત્ત હોવું જોઈએ."

- ડૉ. એ.પી.જે.અબ્દુલ કલામ

લોકો સાથે જોડાઓ...

સેવા નિવૃત્તિ પછી પણ, લોકોના રાષ્ટ્રપતિ ડૉ.એ.પી.જે.અબ્દુલ કલામે સ્વયંને ભાષણોની એક માગણી અનુસૂચિમાં સ્થાપિત કર્યા, વિશેષ રૂપે શૈક્ષણિક સંસ્થાનોમાં, અને વિભિન્ન પ્રકારના દર્શકો સાથે જોડાવાની અદ્ભુત ક્ષમતા હતી. કામ કરનારાઓ પ્રત્યેક લોકો અને સમગ્ર દેશની સાથેના તેમના સંબંધ

ડૉ.એ.પી.જે.અબ્દુલ કલામના કેટલાક મૂલ્યોનું અનુકરણ કરવા યોગ્ય છે. તેમનામાં લોકો સાથે જોડાયેલા રહેવાની અદ્ભુત ક્ષમતા હતી. કામ કરનારા પ્રત્યેક લોકો અને સમગ્ર દેશની સાથેનો તેમનો સંબંધ - ડૉ.એ.પી.જે.અબ્દુલ કલામના અમુક મૂલ્યોનું અનુકરણ કરવા યોગ્ય છે. તેઓ લોકો સાથે જોડાયેલા રહેવા અને તેઓને હકારાત્મક વિચારોને પ્રસારતા શીખવે છે. તેઓ એવી વ્યક્તિ હતા, જેમણે પોતાના પ્રેરક ભાષણો દ્વારા દેશના પ્રત્યેક લોકોને પ્રેરિત કર્યા. વિશેષરૂપે યુવાનોને પોતાની જવાબદારીને ઊપાડી લેતા અને નિષ્ઠા સહિત વિકાસની દિશામાં કામ કરવાનું શીખવ્યું.

"સ્વપ્ન એ નથી જે તમે નિદ્રામાં નિહાળો છો,
સ્વપ્ન તો એવી વસ્તુ છે જે તમને સૂવા ન દે."

- ડૉ.એ.પી.જે.અબ્દુલ કલામ

ડૉ. કલામનું પ્રેરક જીવન પોતાના સ્વયંમાં એક મહાન પ્રેરણા છે. તેઓ માત્ર ભારતના નેતા જ નહોતા. તેઓ તો સમગ્ર વિશ્વના નેતા હતા. ડૉ.એ.પી.જે.અબ્દુલ કલામના મૂલ્યો, તેમનું યોગદાન, એક મજબૂત ભારત માટે તેમનો દૃષ્ટિકોણ અને જીવન પ્રત્યેક તેમના દૃષ્ટિકોણ હકીકતમાં પ્રેરણાદાયક છે.

વિજ્ઞાન, ટેક્નૉલૉજી અને અન્ય નવાચારોમાં નિમગ્ન હોવા સિવાય, તેમણે પોતાની જીવનયાત્રા દરમિયાન જે જે અનુભવ કર્યા હતા, તે તે અનુભવોનો, સઘળી અડચણોનો અને પ્રેરણાઓનો પોતાની અને દેશની સુખાકારી માટે સમાજમાં યુવાનોને સાહસ એકત્રિત કરીને એક સાથે કાર્ય કરવા માટે પ્રોત્સાહિત કરવા માટે લખવાનો પ્રયત્ન કર્યો.

"લખવું એ મારો પ્રેમ છે. જો તમે કોઈ બાબતને પ્રેમ કરો છો, તો તેને માટે તમને ઘણો જ સમય પ્રાપ્ય બની જાય છે. હું દિવસમાં બે કલાક લખું છું, જે સામાન્ય રીતે અડધી રાત્રિએ આરંભાય છે; ક્યારેક તો હું તેને ૧૧ વાગ્યે પણ શરૂ કરી દઉં છું."

- ડૉ.એ.પી.જે.અબ્દુલ કલામ

તેમની કેટલી પ્રસિદ્ધ રચનાઓ આ પ્રમાણે છે :

- ૧૯૮૮માં દ્રવ યાંત્રિકી અને અંતરિક્ષ ટેક્નૉલૉજીમાં વિકાસ
- એક સશક્ત રાષ્ટ્રની કલ્પના કરવી
- અદમ્ય ભાવના
- ૧૯૯૯માં વિંગ્સ ઑફ ફાયર

- ઈગ્નાઈટેડ માઈન્ડ્સ : અનલીશિંગ ધી પાવર વિદિન ઈન્ડિયા ૨૦૦૨
- ૨૦૦૪માં મિશન ઈન્ડિયા
- ૨૦૦૫માં પ્રેરક વિચાર
- તમે લખવા માટે જન્મ્યા છો : ૨૦૧૧માં મારી યાત્રાને આગળ ધપાવો
- ૨૦૧૧માં ત્રણ અબજનો લક્ષ્ય
- ટર્નિંગ પૉઈન્ટ : ૨૦૧૨માં પડકારોના માધ્યમથી એક યાત્રા
- માય જર્ની : ટ્રાન્સફૉર્મિંગ ડ્રીમ્સ ઈન ઍક્શન્સ ઈન ૨૦૧૩
- પોતાનું ભવિષ્ય બનાવો : ૨૦૧૪માં સ્પષ્ટવાદી, પ્રેરક
- રીગનિટેડ : ૨૦૧૫માં એક ઉજ્જવળ ભવિષ્ય માટે વૈજ્ઞાનિક માર્ગો
- એ મેનિફિસ્ટો ફૉર ચેન્જ : એ સીક્વલ ટુ ઈન્ડિયા ઈન ૨૦૨૦

પોતાના એક પ્રસિદ્ધ પુસ્તક 'માય લાઈફ' : એન ઈસ્ટ્રેટડ ઑટોબાયોગ્રાફીમાં કલામે કહ્યું :

"મારા જીવનની કથા આ દેશની કથા સાથે એક સાથે વણાયેલી છે. અને ક્યાંક ને ક્યાંક, જ્યારે હું આ દેશમાં એક લાખ બાળકોને મળ્યો, ત્યારે હું પણ લાખ મસ્તિષ્ક દ્વારા શીખ્યો. આ પુસ્તક માત્ર મારી કથનીને સંભળાવવા માટે જ લખવામાં આવેલું નથી. હું ઈચ્છું છું કે દરેક વાચક એ વિચાર કરે કે આ પુસ્તક તેની પણ એક કથા છે."

ડૉ.એ.પી.જે.અબ્દુલ કલામ એક સ્વતંત્ર ભારતના સૌથી પ્રતિષ્ઠિત હસ્તિઓમાંના એક રહ્યા છે. એક વૈજ્ઞાનિક, નેતા, વિચારક, શિક્ષક અને એક લેખકના રૂપમાં તેઓએ વિભિન્ન ક્ષેત્રોમાં ઉલ્લેખનીય સફળતા હાંસલ કરી છે. છતાં પણ, એક વિકસિત ભારતના વિચાર પ્રત્યે તેમનું સમર્પણ, લોકોની સાથે તેમની વાતચીત કરવાની તેમની સીધી સાદી સરળ રીત અને સીધો ઉપાય અને પોતાના સાથીદારો માટે તેમનો પ્રગાઢ સ્નેહ હતો. "માય લાઈફ"માં કલામ પોતાના જીવનગાથા રામેશ્વરમ્‌માં મોટા થયાના દિવસોથી લખે છે; ભારતના અંતરિક્ષ અને મિસાઈલ કાર્યક્રમો પર કાર્ય કરવા અંગે ; ભારતના ૧૧ માં રાષ્ટ્રપતિના રૂપમાં તેમના વર્ષો; અને ત્યાર પછીના જીવન અંગે લખેલું છે.

કઠોર પરિશ્રમ, પ્રતિબદ્ધતા, સાહસ અને નવીન વિચારધારાના મહત્ત્વને પ્રદર્શિત કરનારા ઉપાખ્યાનોથી ભરેલી આત્મકથા એક ઉલ્લેખનીય જીવનનો અદ્‌ભુત પરિચય છે : સુંદરતા સાથે સચિત્ર અને સરળતાથી લખવામાં આવી છે. "મારું જીવન" દરેક વયના વાચકોને પ્રેરણા પૂરી પાડશે.

- "વિંગ્સ ઑફ ફાયર" ભારતના રાષ્ટ્રપતિ ડૉ.એ.પી.જે.અબ્દુલ કલામની જીવનગાથા છે જેને પ્રસિદ્ધ લેખક શ્રી અરુણ તિવારીની સાથે સહલેખન દ્વારા લખવામાં આવેલ છે, જેઓએ ક્યારેક કલામની સાથે સૈન્ય સુરક્ષા સંશોધનના ક્ષેત્રમાં કાર્ય કર્યું હતું. જેમ પુસ્તકમાં લખવામાં આવ્યું છે, "આ કલામની કથા છે, જે અંધકારમાંથી તીવ્ર તડકામાં ખીલે છે, તેમના વ્યક્તિગત અને વ્યાવસાયિક પ્રયાસ... આ સંરક્ષણ પ્રણાલીઓની તકનીકી આત્મ નિર્ભરતા અને સંપ્રભુતા માટે સ્વતંત્ર ભારતના સંઘર્ષની ગાથા છે - એક કથા જેટલી રાજનીતિ વિશે છે, એટલી જ વિજ્ઞાન વિશે પણ છે.

કથા આપણને એક વિનમ્ર નિમ્ન- મધ્યમ વર્ગીય પરિવારમાંથી કલામના ઉદય અને રૉકેટરી અને અંતરિક્ષ ટેક્નૉલૉજીમાં ભારતના પ્રયાસો વિશે તેમના આખ્યાનો વિશે જણાવે છે. ચાર ખંડોમાં વિભાજિત, પુસ્તક ધીમે ધીમે તારલાઓ સુધી પહોંચે છે - અભિવિન્યાસ, નિર્માણ, પ્રાયશ્ચિત અને ચિંતન. તેમના માતા અને પિતાને શ્રદ્ધાંજલિના રૂપમાં, આ પુસ્તક તેમના માતા-પિતાને સમર્પિત છે.

આ પુસ્તક ભારતીય અંતરિક્ષ અને રૉકેટ અવસંરચનાત્મક કાર્યક્રમોની વિફળતાઓમાંથી સફળતા પ્રાપ્ત કરવા માટે એક અત્યંત મહત્ત્વપૂર્ણ બોધપાઠ પ્રદાન કરે છે. આપણા દેશના ભવિષ્યને ઘડનારા અન્ય પ્રસિદ્ધ વૈજ્ઞાનિકોની ભૂમિકાનું સારું પ્રસ્તુતીકરણ, આ પુસ્તકમાં એક વ્યક્તિને જીવનમાં ઊભા રહેવા માટે પ્રેરિત કરવાનો પ્રભાવ અને શક્તિ છે. "વિંગ્સ ઑફ ફાયર" પોતાના દેશ સાથે કરવામાં આવેલા વાયદાઓને પરિપૂર્ણ કરતા, પોતાના લક્ષ્યોને પૂર્ણ કરવા માટે એક અજોડ મૉડલ છે.

- કલામે પોતાના અંતિમ પુસ્તક, ટ્રાન્સેન્ડેન્સ : માય સ્પિરિચ્યુઅલ એક્સપિરિઅન્સમાં પોતાની ૧૫ વર્ષની આધ્યાત્મિક યાત્રાનું વર્ણન કરે છે. પ્રમુખ સ્વામીજી, એક સંયોગથી મુલાકાતના માધ્યમ દ્વારા, ભારતના સૌથી પ્રતિષ્ઠિત નાગરિકોમાંના એક, ભારતના ૧૧મા રાષ્ટ્રપતિ, ડૉ.એ.પી.જે.અબ્દુલ કલામ, અને બન્ને મળીને વિજ્ઞાન અને અધ્યાત્મની એક અદ્વિતીય સંગતિ બનાવી. ટ્રાન્સેન્ડેન્સમાં, ડૉ કલામ, પોતાના સહ-લેખક અને શિષ્ય અરુણ તિવારીની સાથે, પ્રમુખ સ્વામીજીની કરુણામયી દૃષ્ટિમાં પરિલક્ષિત આત્મ- સાક્ષાત્કારની યાત્રાને ચિત્રિત કરે છે, જે આધ્યાત્મિકતા, વિજ્ઞાન અને નેતૃત્વના સંકલનને એક સુખદ વિશાળ મનથી ચિત્રિત કરે છે.

આ વર્ણન કરે છે કે કેવી રીતે સ્વામીજીના શબ્દો અને તેઓની પ્રેરક, પ્રેમમયી ઉપસ્થિતિથી તેમનો માર્ગ પ્રકાશિત બન્યો છે. પ્રમુખ સ્વામીજીના

જીવન અને બીએપીએસ સ્વામીનારાયણ સંસ્થાના આંતરરાષ્ટ્રીય કાર્યોના માધ્યમ દ્વારા, ડૉ. કલામ વિશ્વભરમાં ભારતીય ડાયસ્પોરાની સમકાલીન ચિંતાઓ અને એક સક્ષમ, ઉચિત વિચારધારા અને પરિશ્રમી લોકોની ઉદય પામતી ભારતીય ઓળખની ભાળ મેળવી લે છે. મહાન વૈજ્ઞાનિકો અને રચનાત્મક નેતાઓના જીવનથી પ્રેરિત, ટ્રાન્સેન્ડેન્સ દરેક ધર્મોના સારને ગ્રહણ કરે છે અને આ પ્રેરણાના ફૂવારા અને જ્ઞાનનો ખજાનો છે કારણ કે આ બહુ વિશ્વાસ, બહુલવાદી ભારતીય સમાજને એક શ્રદ્ધાંજલિ છે.

- આ ઉપરાંત, ભારતના ૧૧મા રાષ્ટ્રપતિ, ડૉ.એ.પી.જે.અબ્દુલ કલામે પોતાના પુસ્તક ઈગ્નાઈટેડ માઈન્ડ્સ : અનલીશિંગ ધી પાવર વિદિન ઈન્ડિયા ૨૦૦૨ ને ધોરણ ૧૨માં ભણતી છ વિદ્યાર્થિનીને સમર્પિત કર્યું છે, જેણે ગરીબી પ્રત્યેની પોતાની પ્રતિક્રિયાથી તેમને પ્રભાવિત કર્યા હતા. તેમણે રાષ્ટ્રપતિભવનમાં સોગંદવિધિના પ્રસંગે તેને વ્યક્તિગત રૂપે આમંત્રિત કરેલ હતી, જ્યારે તેઓએ ૨૫ જુલાઈ, ૨૦૦૨માં ભારતના રાષ્ટ્રપતિનો પદભાર સંભાળ્યો હતો.

કલામ પોતાના અંતિમ પડાવમાં છે

કલામ, વિજ્ઞાન અને ટેક્નૉલૉજીના ક્ષેત્રમાં તેમના જબરજસ્ત યોગદાનની સાથે સાથે લેખન માટે યુવાનોના મસ્તિષ્કને જાગૃત કરવામાં એક મહત્ત્વપૂર્ણ ભૂમિકા અદા કરી, તેમને ભારત સરકાર અને અનેક રાજનૈતિક પક્ષો દ્વારા વિભિન્ન

પુરસ્કાર અને માન્યતાઓ પ્રાપ્ત થયાં. તેમના ૭૯માં જન્મદિવસે સંયુક્ત રાષ્ટ્ર દ્વારા "વિશ્વ વિદ્યાર્થી દિવસ"ના રૂપમાં માન્યતા આપવામાં આવી હતી. તેમણે ૪૮ વિશ્વવિદ્યાલયોમાંથી ડૉક્ટરેટની માનદ્ પદવીઓ પણ પ્રાપ્ત કરી.

શરૂઆત કરવા માટે તેમને અનુક્રમે ૧૯૮૧ અને ૧૯૯૦માં 'પદ્મ ભૂષણ'અને 'પદ્મ વિભૂષણ' થી સન્માનિત કરવામાં આવ્યા. ૧૯૯૪માં તેઓને ઇન્સ્ટિટ્યૂટ્સ ઑફ ડાયરેક્ટસ (ઇન્ડિયા) દ્વારા'પ્રતિષ્ઠિત ફેલો'નો પુરસ્કાર આપવામાં આવ્યો. તેઓને ૧૯૯૭માં 'ભારત રત્ન ' અને ' રાષ્ટ્રીય એકતા માટે 'ઇંદિરા ગાંધી પુરસ્કાર' બન્નેથી સન્માનિત કરવામાં આવ્યા હતા. તેઓને અનુક્રમે : ૧૯૯૮ અને ૨૦૦૦માં 'વીર સાવરકર પુરસ્કાર' અને 'રામાનુજન પુરસ્કાર' મળ્યા હતા. ૨૦૦૭માં, તેઓએ યૂનિવર્સિટી ઑફ વૉલ્વરહૅમ્પ્ટનમાંથી 'માનદ્ ડૉક્ટરેટ ઑફ સાઇન્સ' અને રૉયલ સોસાયટી, યૂકેમાંથી 'કિંગ ચાર્લ્સ-II મેડલ' પ્રાપ્ત કર્યા. કલામે ૨૦૦૮માં 'ડૉક્ટર ઑફ એન્જિનિયરિંગ' આપવામાં આવેલ હતું. વર્ષ ૨૦૦૯માં, તેઓને કૅલિફૉર્નિયા ઇન્સ્ટિટ્યૂટ ઑફ ટેક્નૉલૉજી, યૂએસએ તરફથી 'ઇન્ટરનેશનલ વૉન કર્મન વિંગ્સ ઍવાર્ડ'થી સન્માનિત કરવામાં આવ્યા હતા; ASME ફાઉન્ડેશન, યૂએસએ દ્વારા 'હૂવર મેડલ' અને ઓકલૅન્ડ યૂનિવર્સિટી દ્વારા 'માનદ્ ડૉક્ટરેટ'. તેઓને ૨૦૧૦માં વાટરલૂ વિશ્વવિદ્યાલય દ્વારા 'ડૉક્ટર ઑફ એન્જિનિયરિંગ' થી સન્માનિત કરવામાં આવ્યા હતા. વર્ષ ૨૦૧૨માં કલામને સાઇમન ફ્રેજર વિશ્વવિદ્યાલય દ્વારા 'ડૉક્ટર ઑફ લૉજ (ઑનોરિસ કૉસા)'થી સન્માનિત કરવામાં આવ્યા હતા. અંતમાં તેઓએ ૨૦૧૪માં એડિનબર્ગ યૂનિવર્સિટી, યૂકેમાંથી 'ડૉક્ટર ઑફ સાઇન્સ ' પ્રાપ્ત કર્યા.

તેઓના દેહાંત પશ્ચાત્, ડૉ.એ.પી.જે.અબ્દુલ કલામને અનેક પ્રકારની શ્રદ્ધાંજલિ પ્રાપ્ત થઈ. તમિલનાડુ સરકારે ઘોષણા કરી કે તેમના જન્મદિવસ, ૧૫મી ઑક્ટોબર, સમગ્ર રાજ્યમાં 'યુવા પુર્નજાગરણ દિવસ'ના રૂપમાં ઉજવવામાં આવશે; રાજ્ય સરકારે આગળ "ડૉ.એ.પી.જે.અબ્દુલ કલામ પુરસ્કાર" જેમાં ૮- ગ્રામ સુવર્ણ પદક, એક પ્રમાણપત્ર અને રૂ. ૫,૦૦,૦૦૦ વૈજ્ઞાનિક વિકાસ, માનવતા કે વિદ્યાર્થીઓના કલ્યાણને ઉત્તેજન આપવામાં ઉપલબ્ધિઓની સાથે રાજ્યના રહેવાસીઓને ૨૦૧૫થી શરૂ થનારા સ્વાતંત્ર્ય દિવસ પર પ્રતિવર્ષ પુરસ્કાર પ્રદાન કરવામાં આવશે.

કલામને ૨૦૦૩ અને ૨૦૦૬માં 'એમટીવી યૂથ આઇકન ઑફ ધી યિઅર' પુરસ્કાર માટે નામાંકિત કરવામાં આવેલ હતા. વર્ષ ૨૦૦૧૧માં હિન્દી ફિલ્મ

'આઈ એમ કલામ'માં કલામને છોટૂ નામના એક ગરબી પરંતુ ઉજ્જવળ રાજસ્થાની છોકરા માટે એક હકારાત્મક પ્રભાવના રૂપમાં ચિત્રિત કરવામાં આવ્યા છે, જે મૂર્તિના સન્માનમાં પોતાનું નામ કલામના નામ સાથે બદલી લે છે.

"જો તમે સૂર્યની જેમ ચમકવા ઈચ્છો છો તો પ્રથમ સૂર્યની જેમ બળો."

- ડૉ.એ.પી.જે.અબ્દુલ કલામ

કલામના સન્માનમાં અનેક શૈક્ષણિક અને વૈજ્ઞાનિક સંસ્થાનો અને અન્ય સ્થાનોના નામમાં પરિવર્તન કરવામાં આવ્યા :

બિહારના કિશનગંજમાં એક કૃષિ મહાવિદ્યાલયનું નામ બદલીને "ડૉ. કલામ કૃષિ મહાવિદ્યાલય કિશનગંજ", બિહાર રાજ્ય સરકાર દ્વારા કરવામાં આવ્યું.

ઉત્તર પ્રદેશ રાજ્ય સરકાર દ્વારા ઉત્તર પ્રદેશ તકનીક વિશ્વવિદ્યાલય (યૂપીટીયૂ)નું નામ પરિવર્તિત કરીને "ડૉ.એ.પી.જે.અબ્દુલ કલામ તકનીક વિશ્વ વિદ્યાલય" કરી દેવામાં આવ્યું.

૧૫ ઑક્ટોબર, ૨૦૧૫ના, હૈદરાબાદમાં રક્ષા સંશોધન વિકાસ સંગઠન (ડીઆરડીઓ) મિસાઈલ કૉમ્પલેક્સ, જેને ડૉ. કલામના મસ્તિષ્કની ઉપજ ગણવામાં આવતું હતું, જેનું નામ બદલીને 'ડૉ.એ.પી.જે.અબ્દુલ કલામ મિસાઈલ કૉમ્પલેક્સ' તેમના ૮૪માં જન્મજયંતી દિવસના શુભ અવસર પર રાખવામાં આવ્યું.

અસમ સરકારે ડૉ.એ.પી.જે.અબ્દુલ કલામના નામ પર એક અસમ સેન્ટર ફૉર ઈનોવેશનની સ્થાપના કરી.

વ્હીલર દ્વીપ, ઓરિસ્સામાં એક રાષ્ટ્રીય મિસાઈલ પરીક્ષણ સ્થળ, જેનું નામ પરિવર્તિત કરીને સપ્ટેમ્બર ૨૦૧૫માં અબ્દુલ કલામ દ્વીપ કરી દેવામાં આવ્યું.

"સફળતાઓની કથાઓને ન વાંચો, તેમાંથી તમને માત્ર સંદેશ પ્રાપ્ત થશે. નિષ્ફળતાઓની ગાથાઓને વાંચો, સફળતા માટે તમને થોડાં વિચારો મળશે. "

- ડૉ.એ.પી.જે.અબ્દુલ કલામ

એક એવા નેતાના રૂપમાં જેમના જીવનને ભારતીયોને પ્રેરણા પ્રદાન કરી અને આગળ પણ પ્રેરણા આપતા રહેશે, કલામના કેટલાક પ્રસિદ્ધ ઉદ્ધરણ આ પ્રમાણે છે :

"તમારાં સ્વપ્ન સાકાર થયાં પહેલાં તમારે સ્વપ્ન જોવાં પડશે."

પ્રોત્સાહનના પોતાનાં ઉદ્ધરણ વિશે કહેતા કલામ

"જો કોઈ દેશે ભ્રષ્ટાચારમુક્ત થવું છે અને સુંદર મસ્તિષ્કોનાં દેશ બનવું છે, તો મને મક્કમતાથી લાગી રહ્યું છે કે, ત્રણ મુખ્ય સામાજિક સદસ્ય છે, જેઓ પરિવર્તન લાવી શકે છે : તેઓ પિતા, માતા અને શિક્ષક છે."

"આકાશમાં જુઓ. આપણે એકલા નથી. સમસ્ત બ્રહ્માંડ આપણને અનુકૂળ છે. માત્ર સ્વપ્નાઓ નિહાળનાર અને કાર્ય કરનારાને સર્વશ્રેષ્ઠ આપવાનું ષડ્યંત્ર કરે છે."

"શિક્ષણ એક અત્યંત મહાન વ્યવસાય છે, જે વ્યક્તિના ચરિત્ર, ક્ષમતા અને ભવિષ્યને આકાર આપે છે. જો લોકો મને એક સારા શિક્ષકના રૂપમાં યાદ રાખે છે તો મારા માટે એ સૌથી મોટું સન્માન હશે."

"જયાં સુધી તમે તમારા નિર્ધારિત કરેલ સ્થાન પર પહોંચી જતા નથી, એટલે તમે અદ્વિતીય બની જાઓ છો, ત્યાં સુધી લડવાનું બંધ કરશો નહીં. જીવનમાં એક લક્ષ્ય નિર્ધારિત કરો, નિરંતર જ્ઞાન પ્રાપ્ત કરો, કઠોર પરિશ્રમ કરો અને મહાન જીવનને પ્રાપ્ત કરવા માટે ખંત રાખો."

- "મનુષ્યએ પોતાની મુશ્કેલીઓની પણ આવશ્યકતા હોય છે કારણ કે સફળતાનો આનંદ માણવા માટે તેની આવશ્યક છે."
- "ઉત્કૃષ્ટતા એક નિરંતર પ્રક્રિયા છે, દુર્ઘટના નથી."
- " આપણે હાર સ્વીકારી લેવી જોઈએ નહીં અને ન તો સમસ્યાને આપણને હરાવવા દેવી જોઈએ નહીં."

- "પક્ષી અને જીવન અને પોતાની પ્રેરણાથી સંચાલિત હોય છે."
- "પોતાના પ્રથમ વિજય પછી આરામ ન કરો કારણ કે જો તમે બીજી વાર નિષ્ફળ બની જાઓ છો, ત્યારે ઘણા હોઠો આમ કહેવા માટેની રાહ જોયા કરતા હોય છે કે તમારો પ્રથમ વિજય તો નસીબયોગે પ્રાપ્ત થયો હતો."
- "જો તમે સૂર્યની જેમ ચમકવા ઈચ્છો છો તો પહેલાં સૂર્યની જેમ બળો."
- "જો સફળ બનવા માટે મારો દૃઢ સંકલ્પ પર્યાપ્ત રૂપે મક્કમ હોય તો નિષ્ફળતા ક્યારેય પણ મારા પર હાવી થશે નહીં."
- "સફળતાનું રહસ્ય શું છે ? ઉચિત નિર્ણય.
- તમે ઉચિત નિર્ણય કઈ રીતે લો છો ? અનુભવથી.
- તમે અનુભવ કેવી રીતે પ્રાપ્ત કરો છો ? અનુચિત નિર્ણયોને કારણે. "
- "આવો, આપણે આજે આપણા આજનું બલિદાન આપીએ જેથી આપણાં બાળકોની આવતીકાલ બહેતર થઈ શકે."
- "આપણી દરેક પાસે એક સમાન પ્રતિભા નથી હોતી. પરંતુ, આપણ દરેકની પાસે પોતાની પ્રતિભાને વિકસિત કરવા માટે સમાન અવસર હોય છે."
- "તમારી પોતાની ભાગીદારી સિવાય તમે સફળ બની શકતા નથી. તમારી ભાગીદારીથી તમે નિષ્ફળ બની શકતા નથી."
- "મહાપુરુષો માટે, ધર્મ મિત્ર પ્રાપ્ત કરવાનો એક ઉપાય છે; વામણા લોકો ધર્મને યુદ્ધનું હથિયાર બનાવે છે."
- "જો આપણે સ્વતંત્ર નથી તો કોઈ આપણું સન્માન કરશે નહીં."
- "વિજ્ઞાન વૈશ્વિક છે. આઇનસ્ટાઇનના સમીકરણ E=mc2ને દરેક જગ્યાએ પહોંચવાનું છે. વિજ્ઞાન માનવતા માટે એક સુંદર ઉપહાર છે. આપણે તેને વિકૃત ન બનાવવું જોઈએ. વિજ્ઞાન ક્યારેય જાતિઓ વચ્ચે ભેદભાવ રાખતું નથી."
- "તેજ પરંતુ કૃત્રિમ ખુશીઓની પાછળ દોટની સરખામણીમાં નક્કર ઉપલબ્ધિઓને વધારે પ્રાપ્ત કરવા માટે સમર્પિત બનો. "
- "પોતાની નોકરીને પ્રેમ કરો પરંતુ પોતાની કંપનીને પ્રેમ કરશો નહીં, કારણ કે તમને ખબર પણ ન હોય કે કંપની ક્યારે તમને પ્રેમ કરવાનું બંધ કરી દે."
- "જીવન એક કઠોર રમત છે. તમે એક વ્યક્તિ હોવાના પોતાના જન્મસિદ્ધ અધિકારને જાળવી રાખીને જ આને જીતી શકો છો."
- "જો મારી સફળ બનવાની પરિભાષા અત્યંત મજબૂત છે તો નિષ્ફળતા મારાથી ક્યારેય આગળ જઈ શકશે નહીં. "
- "મહાન સ્વપ્નાઓ નિહાળનારના મહાન સ્વપ્નાઓ હંમેશાં સાકાર બને છે."
- "મારા માટે, નકારાત્મક અનુભવ જેવી કોઈ જ બાબત નથી."

- "મોખરે ચઢવા માટે તાકાતની આવશ્યકતા હોય છે, ભલે તે માઉન્ટ એવરેસ્ટ હોય કે કારકિર્દીનું શિખર હોય."
- "મોખરે ચઢવા માટે તાકાતની આવશ્યકતા હોય છે, ભલે તે માઉન્ટ એવરેસ્ટ હોય કે કારકિર્દીનું શિખર હોય."
- "પોતાના પાંખવાળા દિવસોને વ્યર્થતામાં જવા દેશો નહીં. જો તેઓ એક વાર ચાલ્યા જશે, તો કોઈ પણ સોનું તેને પાછા ખરીદી શકશે નહીં."
- "જીવન અને સમય દુનિયાના સૌથી શ્રેષ્ઠ શિક્ષકો છે. જીવન આપણને સમયનો સદુપયોગ કરવાનું શીખવે છે અને સમય જીવનનું મૂલ્ય શીખવે છે."
- "આ મારો વિશ્વાસ છે : મુશ્કેલીઓ અને સમસ્યાઓના માધ્યમથી ઈશ્વર આપણને આગળ વધવા માટેની તક પૂરી પાડે છે. એ કારણે જ્યારે આપના આશાઓ અને સ્વપ્નાઓ જમીનદોસ્ત થઈ જાય, ત્યારે તે ભંગારની વચ્ચે શોધ કરો, તમને ખંડિયેરમાં છુપાયેલ સોનેરી અવસર મળી શકે છે."
- "કોઈ પણ સફળતાને પ્રાપ્ત કરવા માટે તમારે પહેલાં તમારી ઈન્દ્રિયો પર નિયંત્રણ કેળવવું પડશે અને જ્યારે તેને દૃષ્ટિ સાથે જોડી દેવામાં આવે છે ત્યારે તમે કોઈ પણ લક્ષ્યને પ્રાપ્ત કરી શકો છો."
- "જો હું બદલી શકતો નથી તો તેનો સ્વીકાર કરવા માટે તૈયાર રહું."
- "હું હૅન્ડસમ નથી, પરંતુ કોઈ એવા વ્યક્તિને મારો હાથ લંબાવી શકું છું જેને સહાયતાની આવશ્યકતા હોય છે... કારણ કે સૌંદર્યની આવશ્યકતા હૃદયમાં હોય છે, ચહેરામાં નહીં..."
- "વિજેતા તેઓ નથી, જેઓ ક્યારેય પણ નિષ્ફળ બનતા નથી બલકે તેઓ હોય છે જેઓ ક્યારેય પણ હારને સ્વીકારતા નથી."

ભારતના મિસાઈલ મેન

આ એક એવું સેટિંગ હતું જેનાથી તેમના જીવનને પરિભાષિત કરવામાં આવેલ હતું, પ્રથમ તેઓ વૈજ્ઞાનિકના રૂપમાં તત્પશ્ચાત્ ભારતના ૧૧મા રાષ્ટ્રપતિના રૂપમાં. આ પણ એક હતું જે તેઓની અંતિમ ક્ષણોને દર્શાવે છે. જે વ્યક્તિએ પ્રેસિડેન્સીને પુનઃ પરિભાષિત કરી, તેમણે એક રાજનૈતિક કહેવત ઘડી, જે એક એવા દેશમાં બાળકો સાથે વાતચીત કરતા હતા જે યુવાન થઈ રહ્યા હતા, જેમની પ્રયોગશાળાથી રાષ્ટ્રપતિ ભવન સુધીના અભ્યુદયે તેઓને 'મિસાઈલ મૅન'નું ઉપનામ આપ્યું હતું, કે જેઓ એંશી વર્ષના ભૂતપૂર્વ રાષ્ટ્રપતિ હતા. ડૉ.એ.પી.જે.અબ્દુલ કલામે સોમવાર રાત્રિએ શિલાંગમાં અંતિમ શ્વાસ લીધો.

કલામ એક પ્રસિદ્ધ વૈજ્ઞાનિકના રૂપમાં

તેઓ રહેવા યોગ્ય ગ્રહ 'પૃથ્વી' પર એક પાઠ્યક્રમ માટે ભારતીય પ્રબંધન સંસ્થાનમાં હતા, જ્યાં તેઓને અચાનક હૃદયરોગનો હુમલો થયો. તેમને તત્કાળ હૉસ્પિટલમાં લઈ જવામાં આવ્યા. જો કે ડૉક્ટરોએ લગભગ ૪૫ મિનિટ સુધી તેઓના પ્રાણ બચાવવા માટે સંઘર્ષ કર્યો, પરંતુ અંતે તેમને મૃત ઘોષિત કરવામાં આવ્યા.

કલામમાં, રાષ્ટ્રપતિ પદે એક નવો ચહેરો પ્રાપ્ત કર્યો : રુદ્ર વીણાને વગાડનારા કુંવારા અને શાકાહારી પરંતુ સુખોઈ જેટને ઉડાડનારા, સબમરીનમાં યાત્રા કરનારા અને સિયાચીનમાં ઉચ્ચ ઊંચાઈવાળા યુદ્ધના મેદાનની મુલાકાત લેનારા પ્રથમ ભારતીય રાષ્ટ્રપતિ બન્યા. જો કે, આ કલામની વ્યાખ્યાન, સંગોષ્ટિઓ અને

સાર્વજનિક વાતચીત દરમિયાન બાળકો અને યુવાનોની સાથે સંવાદ કરવાની ક્ષમતા હતી જે તેમના રાષ્ટ્રપતિ પદ સિવાય પણ તેમની ઓળખ બની ગઈ હતી.

કલામના પાર્થિવ દેહને ભારતીય વાયુ સેનાના એક હેલીકૉપ્ટરમાં શિલાંગથી ગુવાહાટી લઈ જવામાં આવ્યો, જ્યાંથી ૨૮ જુલાઈ ની પ્રભાતે એક વાયુ સેના સી૧૩૦ જે હરક્યૂલિસમાં તેઓને નવી દિલ્લીમાં લાવવામાં આવ્યા. જે પાલમ હવાઈ મથક પર એર બસ ઊતરી અને રાષ્ટ્રપતિ, વડાપ્રધાન, દિલ્લીના મુખ્ય મંત્રી અરવિંદ કેજરીવાલ અને અન્ય વરિષ્ઠ અધિકારીઓને સન્માનપૂર્વક તેમના પાર્થિવ શરીરનું સ્વાગત કર્યું, તેઓએ શ્રદ્ધાંજલિના રૂપમાં તેમને માલ્યાર્પણ દ્વારા સન્માન આપ્યું. ભૂતપૂર્વ વડાપ્રધાન ડૉ. મનમોહન સિંહ, કૉંગ્રેસ અધ્યક્ષ અને ઉપાધ્યક્ષ સોનિયા ગાંધી અને ઉત્તર પ્રદેશના મુખ્ય મંત્રી અખિલેશ યાદવ પછી રાહુલ ગાંધી સહિત ૧૦ રાજાજી માર્ગ પર જાહેર જનતા અને અનેક ગણમાન્ય વ્યક્તિઓએ શ્રદ્ધાંજલિ અર્પણ કરી. ૨૦૦૨ થી ૨૦૦૭ સુધી જે ખુરશી પર પ્રણવ મુખર્જી આવ્યા હતા, તેઓએ કહ્યું, "ડૉ.એ.પી.જે.અબ્દુલ કલામ પોતાના જીવનકાળ દરમિયાન પ્રજાના રાષ્ટ્રપતિ હતા અને તેમના મૃત્યુ પશ્ચાત્ પણ રહેશે."

૨૯ જુલાઈના રોજ ડૉ.એ.પી.જે.અબ્દુલ કલામના પાર્થિવ દેહને એ બપોરના ભારતીય ધ્વજમાં લપેટીને મદુરાઈ હવાઈ મથક પર લઈ જવામાં આવ્યો.

કલામના નિધન પર તેમને શ્રદ્ધાંજલિ

તેમના પાર્થિવ દેહનું સ્વાગત ત્રણેય સેનાના પ્રમુખો અને રાષ્ટ્રીય અને ગણમાન્ય વ્યક્તિઓએ કર્યું, જેમાં કેબિનેટ મંત્રી મનોહર પરિકર, વેન્કૈયા નાયડૂ, પોન રાધાકૃષ્ણ અને તમિલનાડુ અને મેઘાલયના રાજ્યપાલ, કે. રોસૈયા અને વી. શણમુગનાથન્ સામેલ હતા.

ત્યાંથી કલામના પાર્થિવ દેહને તેમના ગૃહનગર એટલે કે રામેશ્વરમ્માં લઈ જવામાં આવ્યો, જ્યાં તેમના પાર્થિવ દેહને સ્થાનિક બસ સ્ટેશનની સામે એક ખુલા ક્ષેત્રમાં જાહેર જનતા માટે તેઓને અંતિમ શ્રદ્ધાંજલિ આપવા માટે મૂકવામાં આવ્યો. ૩૦ મી જુલાઈ ૨૦૧૫માં ભૂતપૂર્વ રાષ્ટ્રપતિનો સંપૂર્ણ રાજકીય સન્માન

સહિત રામેશ્વરમ્‌ના પેઈ કરુમ્બા મેદાનમાં અંતિમ સંસ્કાર કરવામાં આવ્યો આ અંતિમ સંસ્કારમાં ૩,૫૦,૦૦૦ કરતાં પણ અધિક લોકો સામેલ થયા, જેમાં વડાપ્રધાન, તમિલનાડુના રાજ્યપાલ અને ત્યાર બાદ કર્ણાટક, કેરાલા અને આન્ધ્રપ્રદેશના મુખ્યમંત્રી સામેલ થયા હતા.

ડૉ.એ.પી.જે.અબ્દુલ કલામના નિધન પર માત્ર સમગ્ર દેશમાંથી જ નહીં બલકે અન્ય દેશોમાંથી પણ ભૂતપૂર્વ રાષ્ટ્રપતિ પ્રત્યે ઘેરા શોક અને શ્રદ્ધાંજલિનું મોજું ફરી વળ્યું હતું. ભારત સરકારે તેમના સન્માનમાં સાત દિવસો સુધી રાજકીય શોકની જાહેરાત કરી. વડાપ્રધાન નરેન્દ્ર મોદીએ કહ્યું, "ડૉ. કલામનું નિધન વૈજ્ઞાનિક સમુદાય માટે એક વિશાળ ક્ષતિ છે. તેઓ ભારતને ઊંચાઈઓ પર લઈ ગયા તેઓએ માર્ગ દેખાડ્યો." ભૂતપૂર્વ ડૉ. મનમોહન સિંહ જેમણે ડૉ. કલામની સાથે વડાપ્રધાન તરીકે કાર્ય કર્યું હતું, તેમણે કહ્યું, "આપણા દેશે એક મહાન નેતા ગુમાવી દીધો છે જેમણે સુરક્ષા ટેક્નૉલૉજીમાં આત્મનિર્ભરતાને ઉત્તેજન આપવામાં અભૂતપૂર્વ યોગદાન આપ્યું છે. મને વડાપ્રધાનના રૂપમાં તેઓની સલાહથી ઘણો જ લાભ થયો. તેમના જીવન અને કાર્યોને આવનારી પેઢીઓ સુધી યાદ કરવામાં આવશે."

ભારતીય અંતરિક્ષ એજન્સીના પ્રમુખ એ.એસ. કૃષ્ણકુમારે તેમના આકસ્મિક નિધનને દેશ માટે એક જબરજસ્ત ક્ષતિ ગણાવી. તેઓએ કહ્યું, "ડૉ. કલામ હવે હયાત નથી એ જાણીને અતયંત દુઃખ થયું તેઓ એટલા મહાન વ્યક્તિત્વના માલિક અને સજ્જન વ્યક્તિ હતા. વ્યક્ત કરવા માટે કોઈ શબ્દ નથી... "

૮૩ વર્ષની વયે પણ આ 'મિસાઇલ મૅન' દેશની ઊર્જાની આવશ્યકતાઓ માટે ના બહેતર સમાધાનને ઉપલબ્ધ કરાવવા વિશે વિચારણા કરતા હતા.

એટલું જ નહીં, ભૂતાનની સરકારે કલામના મૃત્યુ પર શોક વ્યક્ત કરવા માટે અડધા કર્મચારીઓને દેશનો ધ્વજ ફરકાવવાના આદેશ આપ્યા, અને શ્રદ્ધાંજલિમાં ૧૦૦૦ માખણના દીપક સળગાવ્યા. બાંગ્લા દેશના વડાપ્રધાન શેખ હસીનાએ કલામને, " મહાન રાજનેતા, પ્રશંસિત વૈજ્ઞાનિક અને દક્ષિણ એશિયાની યુવા પેઢી માટે પ્રેરણાનું એક દુર્લભ સંયોજન" ના રૂપમાં વર્ણિત કર્યા અને તેમના મૃત્યુને "ભારત અને બહાર એક અપુરણીય ક્ષતિ" ગણાવી. સંયુક્ત રાષ્ટ્રના મહાસચિવ, બાન-કી-મૂને એક વિશિષ્ટ સંકેતમાં, સંયુક્ત રાષ્ટ્રમાં ભારતના સ્થાયી મિશનની મુલાકાત લીધી અને તેમના મૃત્ય પશ્ચાત્‌ મૂકવામાં આવેલ શોક પુસ્તકમાં હસ્તાક્ષર કર્યા. "વિશ્વભરમાં પ્રસરેલો શોક એ સન્માન અને પ્રેરણાનું પ્રમાણ છે જે તેઓએ પોતાના રાષ્ટ્રપતિ પદ દરમિયાન અને પછી પ્રાપ્ત

કરેલ છે. સંયુક્ત રાષ્ટ્ર આ મહાન રાજનેતા માટે અમારી ગાઢ સંવેદના મોકલવામાં ભારતના લોકોની સાથે છે."

આ ઉપરાંત સંયુક્ત રાષ્ટ્ર સંગઠને એમના જન્મદિવસ (૧૫ ઑક્ટોબર)ને "વિશ્વ છાત્ર દિવસ"ના રૂપમાં ઘોષિત કર્યો હતો. ૨૦૧૦માં સંયુક્ત રાષ્ટ્રએ આ મહાન વ્યક્તિને સન્માનિત કરવાનો નિર્ણય લીધો હતો. ત્યાં સુધી કે ગૂગલે એ.પી.જે. અબ્દુલ કલામને પોતાની રીતે સન્માનિત કર્યા: એના સર્ચ ટેબની ઠીક નીચે એના હોમ પેજ પર માઉસ ઓવર દરમિયાન એક કાળી રિબિન રાખવામાં આવી હતી, જેના પર લખ્યું હતું, "ડૉ. એ.પી.જે. અબ્દુલ કલામ."

ડૉ.એ.પી.જે.અબ્દુલ કલામ રાષ્ટ્રીય સ્મારક ભારતના તમિલનાડુના રામેશ્વરમ્‌માં દિવંગત રાષ્ટ્રપતિ કલામની સ્મૃતિમાં બનાવવા આવેલ એક સ્મારક છે. આ સ્મારકનું ઉદ્‌ઘાટન વડાપ્રધાન નરેન્દ્ર મોદી દ્વારા ૨૭ જુલાઈ, ૨૦૧૭માં કરવામાં આવ્યું હતું. આને રક્ષા સંશોધન વિકાસ સંગઠન (ડીઆરડીઓ) બનાવવામાં આવ્યું હતું.

"વિદાય સંક્ષિપ્ત હોવી જોઈએ, અત્યંત નાની."

- ડૉ.એ.પી.જે.અબ્દુલ કલામ

"મહાપુરુષોના જીવન આપણને એ સ્મરણ કરાવે છે, આપણે આપણા જીવનને ઉદાત્ત અને પ્રસ્થાન કરી શકીએ છીએ, પોતાની પાછળ સમયની રેતી પર પદચિન્હો છોડી શકીએ છીએ."

- વિલિયમ વર્ડ્‌સવર્થ

જ્યારે વિલિયમ વર્ડ્ર્સવર્થે આ પંક્તિઓ લખી, ત્યારે પૂર્વ રાષ્ટ્રપતિ એપીજે અબ્દુલ કલામ હયાત ન હતા. જો બન્ને માણસ એક જ વયના હોત, તો નિશ્ચિત રૂપે આ પંક્તિઓ તેમના જ માટે લખવામાં આવતી.

***

કાળક્રમ

આપણા ૧૧મા રાષ્ટ્રપતિના જીવન ઈતિહાસ એક અવિશ્વસનીય અને પ્રેરક યાત્રા છે, આવો આપણે તેમના જીવનની સૌથી મહત્ત્વપૂર્ણ ઘટનાઓ અને વર્ષોને કાળાનુક્રમિક રીતે સમેટીએ.

વર્ષ	વિવરણ
૧૯૩૧	અવુલ પકિર જૈનુલાબ્દીન અબ્દુલ કલામનો જન્મ ૧૫ ઑક્ટોબરના રોજ રામેશ્વરમ્, તમિલનાડુમાં એક હોડીના માલિક જૈનુલાબ્દીન અને એક ગૃહિણી આશિયામ્માના ઘેર થયો હતો; કલામ રામનાથપુરમ્ વાર્ટ્ઝ મૅટ્રિક્યુલેશન' સ્કૂલમાં ગયા અને ખૂબ નાની વયે તેઓએ પારિવારિક આવકની પૂર્તિ માટે કાર્ય કર્યું.
૧૮૫૪	કલામે સેન્ટ જોસેફ કૉલેજ, તિરુચિરાપલ્લીમાંથી ભૌતિકીમાં સ્નાતકની ડિગ્રી મેળવી; ગ્રેજ્યુએશન પશ્ચાત્ તેઓ આગળના શિક્ષણ અર્થે મદ્રાસ ચાલ્યા ગયા.
૧૯૬૦	કલામે મદ્રાસ ઈન્સ્ટિટ્યૂટ ઑફ ટેક્નૉલૉજી (એમઆઈટી)માંથી એરોનૉટિકલ એન્જિનિયરિંગમાં પોતાની ડિગ્રીને પ્રાપ્ત કરી અને વૈજ્ઞાનિકના રૂપમાં રક્ષા સંશોધન અને વિકાસ સંગઠન (ડીઆરડીઓ)માં સામેલ થઈ ગયા .
૧૯૬૯	કલામ ભારતીય અંતરિક્ષ સંશોધન સંગઠન (ઈસરો)માં ચાલ્યા ગયા જ્યાં તેઓએ ભારતના સૌ પ્રથમ ઉપગ્રહ પ્રક્ષેપણ યાન SLV-3 નું સંચાલન કર્યું.
૧૯૭૦	કલામે પ્રોજેક્ટ ડેવિલ એન્ડ પ્રોજેક્ટ વેલિએન્ટનું નેતૃત્વ કર્યું, જેણે એસએલવી કાર્યક્રમની તકનીકથી બૅલેસ્ટિક મિસાઇલ વિકસિત કરી.
૧૯૮૦	કલામને પ્રથમ સ્વદેશી SLV-3ની સાથે રોહિણી ઉપગ્રહને પૃથ્વીની કક્ષામાં સ્થાપિત કરીને અંતરિક્ષ ક્લબમાં ભારતના પ્રયત્નોનું નેતૃત્વ કર્યું.

૧૯૮૦થી ૧૯૯૦	એકીકૃત નિર્દેશિત મિસાઈલ કાર્યક્રમના પ્રમુખના રૂપમાં, તેઓને અગ્નિ અને પૃથ્વી મિસાઈલોના વિકાસ અને સંચાલન માટેનો શ્રેય આપવામાં આવ્યું.
૧૯૮૧	કલામને વિજ્ઞાન અને ટેક્નૉલૉજીના ક્ષેત્રમાં યોગદાન માટે પદ્મ ભૂષણથી સન્માનિત કરવામાં આવ્યા.
૧૯૯૦	ભારતના બીજા સર્વોચ્ચ નાગરિક સન્માન પદ્મ વિભૂષણથી સન્માનિત.
૧૯૯૨થી ૧૯૯૯	કલામને વડાપ્રધાનના મુખ્ય વૈજ્ઞાનિક સલાહકાર અને ડીઆડીઓના સચિવના રૂપમાં નિયુક્ત કરવામાં આવ્યા.
૧૯૯૭	ભારતમાં સંરક્ષણ ટેક્નૉલૉજીના વૈજ્ઞાનિક સંશોધન અને આધુનિકીકરણમાં તેમના યોગદાન માટે ભારતના સર્વોચ્ચ નાગરિક સન્માન 'ભારત રત્ન' થી સન્માનિત કરવામાં આવ્યા.
૧૯૯૮	ભારતમાં મે મહિનામાં પોખરણ-II પરમાણુ પરીક્ષણ કર્યું, જેમાં ડૉ. કલામ આની સફળતાની પાછળ એક તાકાત બન્યા હતા.
૧૯૯૯થી ૨૦૦૧	ભારત સરકારના મુખ્ય વૈજ્ઞાનિક સલાહકારકના રૂપમાં કાર્ય કર્યું.
૨૦૦૨થી ૨૦૦૭	કલામને કે. આર. નારાયણની જગ્યાએ ભારતના ૧૧મા રાષ્ટ્રપતિના રૂપમાં ચૂંટવામાં આવ્યા; પોતાના પાંચ વર્ષના કાર્યકાળ દરમિયાન, તેઓને પ્રેમથી 'ધી પીપલ્સ પ્રેસિડેન્ટ' કહેવામાં આવતા હતા.
૨૦૧૨	કલામે ભ્રષ્ટાચારને હરાવવાના ઉદ્દેશ્યથી ભારતીય યુવાનો માટેના કાર્યક્રમ 'વ્હૉટ કૅન આઈ ગિવ' મૂવમેન્ટનો આરંભ કર્યો
૨૦૧૫	કલામનું ૮૩ વર્ષની વયે, ૨૭મી જુલાઈના રોજ આઈઆઈએમ શિલાંગમાં એક વ્યાખ્યાન આપતી વખતે હૃદયની ગતિ થંભી જવાને કારણે નિધન થઈ ગયું.